हे पुस्तक माझ्या तत्त्वांशी मिळतेजुळते आहे. प्रत्येक मनुष्य सारखाच आहे. तुम्ही आणि मी सारखेच आहोत आणि धर्माहूनही मोठे आहोत. समाजातील अनेक वाईट प्रथा या पुस्तकामुळे मोडीत निघतील; कारण कोणालाच स्वतःला इजा करायची नसते. खरे ना?

— सोनू निगम

प्रियाबरोबर तुम्हीही प्रत्येक पानागणिक प्रवास करता. पुस्तकाचे प्रत्येक पान-केलेल्या झगड्याचे प्रामाणिक वर्णन आणि शेवटी मिळालेले यश अतिशय नेटक्या पद्धतीने मांडते. प्रत्येकाला योग्य मार्ग कोणता हे माहीत असते; पण त्याच्यावरून चालण्याचे धैर्य नसते. या पुस्तकामुळे तुम्हाला तुमच्या मार्गावरून चालण्याचे धैर्य लाभेल.

— द टाइम्स ऑफ इंडिया

अद्भुत आणि जलद गतीने पुढे जाणारे पुस्तक. प्रत्येक प्रकरणातून अनेक सुंदर गोष्टी शिकण्यासारख्या. प्रत्येक पातळीवर पुस्तक आपल्याला खिळवून ठेवते. खुसखुशीत विनोदाची पखरण आणि स्फूर्तिदायी विचारांची गुंफण; त्यामुळे ज्यांना धाडस करण्यात आणि उपचार पद्धतीमध्ये रस आहे, त्यांना हा आतला अद्भुत प्रवास निश्चितच आवडेल.

— न्यू वुमन मॅगझीन

या पुस्तकाच्या माध्यमातून प्रिया कुमार कोणताही प्रश्न मार्गी लावण्यास मदत करते.

— हिंदुस्थान टाइम्स

आध्यात्मिक ऊर्जा जागृत झाली तर मनुष्य अंतर्बाह्य बदलतो. एका व्यक्तीचा अतिशय कठीण प्रसंगाला तोंड देत झालेला आध्यात्मिक विजय!

— द एशियन एज

या पुस्तकामध्ये लेखिकेने अनेक आध्यात्मिक विधींचे वर्णन आणि ते केल्याने मिळालेली शिकवण सांगितली आहे. सारांश असा की, तुमच्या मानसिक अडथळ्यांपलीकडे जाऊन, वस्तुनिष्ठपणे बघण्याचे तुम्ही ठरविले तर तुम्ही अंतर्बाह्य बदलू शकता.

— मुंबई मिरर

हे पुस्तक तुमचा मानसिक प्रवास, आपल्या आतील द्वंद्व आणि त्यावर मिळविलेला विजय अतिशय परिणामकारकपणे दाखविते.

— डीएनए

खऱ्याखुऱ्या अनुभवांतून प्रामाणिक लेखणीत उतरलेले हे पुस्तक आपल्या आतल्या द्वंद्वाचा प्रवास आणि त्यावर मिळविलेला विजय परिणामकारकपणे सांगते. खऱ्या अर्थाने वैयक्तिक यश मिळविण्यासाठी हे पुस्तक म्हणजे गुरुकिल्ली आहे.

— गल्फ टुडे

अतिशय प्रामाणिक आणि अंतर्मुख करणारे पुस्तक. वैयक्तिक झगडा आणि त्यावर मिळविलेला विजय. एका दशकापासून वाचकांच्या मनावर गारूड करणारी लेखिका तिची पुस्तके भारतात 'बेस्टसेलर' ठरली आहेत.

— हॅलो मॅगझीन, दुबई

प्रत्येक प्रकरण वाचकाला आश्चर्याचा अनपेक्षित धक्का देऊन जाते. प्रत्येक वेळी नवीनच सत्य समोर येते.

— सोसायटी मॅगझीन

आयुष्यावर मिळवलेल्या विजयाची कथा...

— महाराष्ट्र टाइम्स, १३-१-२०१९

'चुकीची जागा सुयोग्य होऊ शकते ती फक्त स्वतःच्या अंतर्मनातच. आपलं अंतर्मन योग्य दिशेनं नेलं, तर बाह्य जगात कोणतीच गोष्ट चुकीची नाही,' असं लेखिकेला समजतं. त्यातून तिनं केलेला प्रामाणिक झगडा आणि त्यावर तिनं मिळवलेल्या विजयाचं वर्णन तिनं या पुस्तकात केलं आहे.

— दैनिक सकाळ ९-१२-२०१८

आपल्या स्नेहीजनांना पुस्तके भेट द्या

'I am Another You' या इंग्रजी पुस्तकाचा अनुवाद

प्रतिरूप

प्रिया कुमार

अनुवाद
स्वाती काळे

मेहता पब्लिशिंग हाऊस

Email : production@mehtapublishinghouse.com
Website : www.mehtapublishinghouse.com

I AM ANOTHER YOU by PRIYA KUMAR

© Priya Kumar

First Published in India 2010
Originally Published in English by Embassy Books

Marathi Language Translation Copyright © 2018 by
Mehta Publishing House Pune

Translated into Marathi Language by Swati Kale

प्रतिरूप / अनुवादित अनुभवकथन

अनुवाद : स्वाती काळे
Email : author@mehtapublishinghouse.com

मराठी अनुवादाचे व प्रकाशनाचे हक्क मेहता पब्लिशिंग हाऊस, पुणे ३०.

प्रकाशक : सुनील अनिल मेहता, मेहता पब्लिशिंग हाऊस,
१९४१, सदाशिव पेठ, माडीवाले कॉलनी, पुणे - ४११०३०.

अक्षरजुळणी : स्वाती एंटरप्रायझेस

मुखपृष्ठ : फाल्गुन ग्राफिक्स

प्रथमावृत्ती : नोव्हेंबर २०१८

P Book ISBN 9789353171452

हे पुस्तक मी माझ्या आजी-आजोबांना अर्पण करते. मी आज आहे ती त्यांच्याचमुळे आहे.

माझे आजोबा आध्यत्मिकदृष्ट्या उच्च पातळीचे साधक होते. संपूर्ण आयुष्य अघोषित धर्मोपदेशकासारखे जगले. गरजवंतांसाठी त्यांनी प्रार्थना म्हटल्या, त्यांना दिलासा दिला आणि जगण्याची उमेद दिली. त्यांचे आयुष्य म्हणजे एक प्रार्थना होती. त्यांच्या कृतीतून, शब्दांतून, हेतूंमधून ती व्यक्त व्हायची.

माझी आजी म्हणजे त्यांची विलक्षण पत्नी. अतिशय आनंदी, उत्साही, गर्विष्ठ आणि बोलके व्यक्तिमत्त्व. ती म्हणजे हास्याचा धबधबा. गमतीशीर आणि बडबडी. माझ्या आजोबांच्या एकदम विरुद्ध. एकाच नाण्याच्या जणू या दोन बाजू होत्या.

माझी आध्यात्मिक मनोवृत्ती हा त्यांच्याकडून आलेला वारसा आहे.

मी आहे कारण ते होते.
मी आध्यात्मिकतेचा आणि गमतीशीर व्यक्तिमत्त्वाचा समतोल आहे.

जुन्या आत्म्याचा मी नवउत्सव आहे.

जर ते करू शकतात तर मीही करू शकते...
जर मी करू शकते तर तुम्हीही करू शकता.

ओळख

मी एप्रिल २००४ मध्ये नेदरलँडला गेले. तो प्रवास खडतर होता, कारण माझ्यासाठी नेदरलँडला जाणे म्हणजे पळवाट होती. अज्ञाताकडे जाणारी पळवाट.

मी महिनाभर नेदरलँडच्या रहिवाशांसोबत तसेच चौथ्या पिढीतील शमन्सबरोबर होते. शमन्स ही प्राचीन जमात आहे, जी आध्यात्मिक उत्क्रांती आणि मुक्तीसाठी काही आध्यात्मिक क्रिया करते. ते आफ्रिका, उत्तर युरोप, दक्षिण अमेरिका आणि इतर अनेक देशांमध्ये आढळतात. मनुष्य आणि अभौतिक, आध्यात्मिक जगामधील दुवा म्हणून शमन्सकडे पाहिले जाते. ते आजारपणावर उपचार करू शकतात आणि दिव्य शक्तींकडे त्यांच्या जमातींचे प्रश्न सोडवायला घेऊन जाऊ शकतात. 'शमनीझम' हा आध्यात्मिक ज्ञानाचा प्रत्यक्ष अनुभव आहे. असे म्हणतात की, शमन्स आत्म्यावर उपचार करून त्यातील आजारपण आणि नकारात्मकता आत्मिक पातळीवर निपटून काढतात. त्यांना निसर्ग आत्म्यांबरोबर जसे खडक, झाडे, जमीन यांच्यासमवेत काम केल्याने ज्ञानप्राप्ती होते आणि पशू, पक्षी आणि मनुष्यप्राण्यांबरोबरही काम करून ज्ञानप्राप्ती होते. शमनच्या दृष्टिकोनातून प्रत्येक गोष्ट जिवंत असते आणि माहितीची वाहक असते. प्रत्येकामध्ये आत्मा असतो, ऊर्जा असते आणि जाणीव असते. मला त्यांच्यातील कोणती गोष्ट आवडली असेल तर ती ही की, ते आजार आणि मानसिक आघात म्हणजे असलेली ऊर्जा कुठेतरी नष्ट झाली असे समजतात. तुमच्यावर उपचार करण्यासाठी ते विधी करून तुमची ऊर्जा तुम्हाला प्राप्त करून देतात. खरेतर त्यांचे विधी एवढे विलक्षण आहेत की, एकाच विधीमध्ये अनेकांनी भाग घेतला तरी प्रत्येकावर त्याचा वेगळा परिणाम दिसून येतो. तुम्ही तुमचा धडा स्वतः शिका; विधींपासून शिकू नका, असे माझे शमन शिक्षक मला सांगायचे. मी त्यांच्या विधींमध्ये सहभागी होण्याची संधी घेतली. माझे मन मोकळे झाले आणि माझा आत्मा मुक्त झाला. जुनी इमारत पाडून नवीन इमारत बांधण्यासारखेच त्यांचे विधी असतात. जेव्हा मी नेदरलँडला पोहोचले, तेव्हा मी गंज लागलेली जुनी इमारत होते आणि जेव्हा इथे पोहोचले, तेव्हा मी एक नवीन टुमदार इमारत होते.

शेजाऱ्यांनी हेवा करावा आणि मालकाला अभिमान वाटावा अशी.

त्या ट्रिपनंतर नेहमीच मला अज्ञाताचे आकर्षण वाटत आले आहे. अज्ञातामध्ये आश्चर्य आणि शोधाचे घटक असतात. आयुष्य कधी कधी खूप ओळखीचे होते. आज कालच्याप्रमाणेच वाटते आणि उद्यामध्ये कालची निश्चितता असते. किती कंटाळवाणे अस्तित्व आहे हे?

अज्ञातामध्ये साहस असते, त्यामध्ये प्रगती असते; त्यात बदल आणि प्रगतीची आशा असते. त्यात नवीन सुरुवात असते आणि जुन्याचा शेवट असतो. मी या प्रवासानंतर अज्ञातात डोकावण्याची एकही संधी सोडली नाही. अज्ञातात उचललेले एक पाऊल नेहमीच्या स्थिर अस्तित्वापेक्षा केवढेतरी ऊर्जायुक्त असते.

पुस्तकामध्ये मी काही विधी सांगितले आहेत, ज्यामुळे माझ्यात अंतर्बाह्य बदल झाले. मला मिळालेले अतिशय मौल्यवान धडे आणि अनुभवलेली सत्यता मी तुमच्यापर्यंत पोहोचवली आहे. प्रत्येक वेळेस कार्यशाळेत जेव्हा मी माझे अनुभव कथन करायचे आणि या विधींमुळे झालेली माझी प्रगती सांगायचे, त्या त्या वेळेस मला असे दिसून आले की, इतरही लोक तीच उत्तरे शोधत होते आणि माझ्या अनुभवकथनामुळे त्यांचीही प्रगती झाली. त्यांनाही माझ्यासारखाच आनंद मिळाला. मला कळले की, आम्ही सर्व जण एकाच मार्गावरील प्रवासी आहोत. आम्हाला सारख्याच गोष्टींची ओढ आहे, सारख्याच भावना आहेत, तीव्रता वेगळी असेल; पण हेतूही समानच आहेत. मला उमजले की, तुम्ही माझ्यापेक्षा वेगळे नाहीत.

हे पुस्तक लिहिणे म्हणजे एक सुंदर अनुभव होता. यामुळे माझ्या शिक्षकांच्या आत्म्यांच्या नजरेतून माझा प्रवास न्याहाळायची संधी मला मिळाली. ज्यामुळे मला माझ्या जुन्या व्यक्तिमत्त्वाबद्दल अनुकंपा आणि नवीन 'मी'साठी आनंदोत्सव साजरा करण्याची संधी प्राप्त झाली; त्यामुळे मला माझ्या शिक्षकांनी जे अबोलपणे व्यक्त केले होते आणि जे ते बोलले होते आणि मला समजले नव्हते ते समजून घेण्याची संधी मिळाली. त्याच्यामुळे मी विधींमुळे जी कोणी बनली आहे तिची प्रशंसा करण्याची संधी मिळाली. माझा यशाकडे बघण्याचा बदललेला दृष्टिकोनही मला दिसला. अगदी विनयशीलतेने सांगते की, पुस्तक लिहिताना जाणीव झाली की, अनेकांच्या आयुष्यांना मी स्पर्श केला आहे, त्यांच्या आयुष्यावर प्रभाव पाडला आहे; कारण मी अधिक चांगली व्यक्ती बनले आहे.

मी आशा करते की, जेवढी मजा मला हे पुस्तक लिहिताना आली, तेवढीच मजा तुम्हाला हे पुस्तक वाचताना येईल. पेपरवर पेन ठेवून माझ्या आत्म्याने मुक्त संवाद करणे, हे मी माझे यश समजते. मी आशा करते की, कधीतरी, कोणत्या तरी क्षणी तुम्हाला प्रचिती येईल की, तुम्ही म्हणजे दुसरी मीच आहे आणि

आपल्यामध्ये एक अतूट बंध निर्माण होईल, जो बंध आपण सर्वच जण निर्माण करायला घाबरतो. मी तुमच्यापर्यंत पोहोचण्याचा प्रयत्न केला आहे आणि तुम्हाला माझ्या लढ्याचा अन् त्यानंतरच्या विजयाचा लाभार्थी करते आहे.

माझ्यासोबत हा प्रवास करण्यासाठी मी तुम्हाला निमंत्रित करते; असा प्रवास ज्यामुळे तुम्हाला तुमच्या प्रश्नांची उत्तरे मिळतील आणि तुमच्या आयुष्याचे ध्येय कळेल.

■

लेखिकेचे मनोगत

हे पुस्तक लिहिणे म्हणजे माझ्या आयुष्यातील ऐतिहासिक प्रसंग आहे. जेव्हापासून हे पुस्तक लिहायला घेतले, तेव्हापासून माझे आयुष्य नेहमीसाठी पूर्णपणे बदलले. चारच महिन्यांत पहिल्या दोन प्रिन्टस् विकल्या गेल्या आणि पुस्तकाची दुसरी आवृत्ती प्रकाशित झाली. वीस ठिकाणी पुस्तकवाचन आणि या पुस्तकावर अनेक परिसंवाद झाले, तसेच शेकडो ई-मेल्स आल्या. यामुळे जेव्हा पुस्तक लिहिणे चालू केले, त्यापेक्षा निश्चितच आज मी मोठी व्यक्ती झाले.

'मी म्हणजे दुसरे तुम्हीच' या पुस्तकाला माझ्या कल्पनेपेक्षा जास्त- अमाप कीर्ती मिळाली आणि प्रत्येक वाचकाचे प्रेम माझी जबाबदारी वाढवते. पुस्तक मोठे झाले तसे माझी वाचकांप्रती जबाबदारी वाढली आहे आणि म्हणून ही नवीन आणि सुधारित दुसरी आवृत्ती काढत आहोत.

माझ्या प्रकाशकांना काही वाचकांच्या प्रतिक्रिया पुस्तकात छापायच्या होत्या; पण जेव्हा आम्ही शेकडो प्रतिक्रिया तपासल्या, तेव्हा आम्हाला सर्वोत्तम प्रतिक्रिया निवडता आली नाही. कारण प्रत्येक प्रतिक्रिया प्रामाणिक आणि हृदयातून आली आहे. एक प्रतिक्रिया छापायची आणि दुसरी वगळायची म्हणजे 'तुला कोण जास्त आवडते? तुझी मोठी मुलगी की लहान मुलगा?' हे निवडण्यासारखे आहे.

काही लोकांच्या सुंदर प्रतिक्रिया वाचनात आल्या. त्यांनी विचारले की, 'नेदरलँड'मध्ये शमन शिक्षक कुठे भेटू शकतात? मी माझ्या पुस्तकात गुप्तता राखण्यासाठी त्या लोकांची नावे बदलली आहेत. मला त्यांच्या एकांतावर गदा आणायची नव्हती; कारण मला माहीत आहे की, त्यांच्या विधींबाबत आणि व्यक्तिगत आयुष्याबाबत ते सावधगिरी बाळगतात. मी ज्या जागांबद्दल लिहिले आहे, त्यांची नावेही याच कारणासाठी बदलली आहेत आणि ज्यांना आयुष्याकडून खरेच काही शिकायचे आहे, त्यांना ते कोठेही असले तरी योग्य शिक्षक भेटतीलच. मला माझे शिक्षक नेदरलँडमध्ये सापडले.

पण तरीही एवढेच सांगते की, ही दुसरी आवृत्ती हाताने नाही; हृदयाने लिहिली

आहे. दुसऱ्या आवृत्तीत विधींबद्दल जास्त बारकाईने लिहिले आहे, जे मी पहिल्या आवृत्तीत लिहिले नव्हते. मी आणखी एक विधी या आवृत्तीत लिहिला आहे. कारण काही वाचकांनी लिहिले होते की, माझ्या अनुभवांशी समरस व्हायला त्यांना थोडा जास्त वेळ आणि जास्त वाचन लागते. नवीन सुधारित आवृत्तीमुळे जास्त बारकाईने लिहिणे साधता आले.

माझ्या पुस्तकामुळे मी जशी घडत गेले त्यासाठी मी कृतज्ञ आहे आणि वाचकांचे जे उदंड प्रेम लाभले; त्यामुळेही मला जास्तीतजास्त चांगले करण्याचे उत्तेजन मिळते. त्यासाठीही मी कृतज्ञ आहे. आज मी फक्त 'दुसरी तुम्हीच' नाही तर अजून जास्त चांगली आहे.

■

अनुक्रमणिका

शेवट

सगळेच संपले होते. माझ्या डोळ्यांसमोर माझे जग कोलमडून पडले होते आणि हे सगळे कसे घडले ते माझे मलाच काही कळत नव्हते.

"एक कॉफी, प्लीज." मी बोर्डिंग गेटसमोरच्या कॉफी शॉपमध्ये शिरले आणि कॉफी विक्रेत्याला सांगितले.

"कोणता स्वाद आवडेल तुम्हाला?" त्याने नम्रपणे विचारले.

"कुठलाही चालेल." मला कॉफीमध्ये रस नव्हता. मला आयुष्यातच रस नव्हता.

ॲम्स्टरडॅमला जाणारे विमान लवकरच सुटणार होते. उत्तरेच्या पुढे, विंटर्सविक या छोट्या गावाच्याही थोडेसे पुढेच मी एका कुटुंबाला भेटणार होते. ते कुटुंब 'शमन' जमातीच्या आध्यात्मिक विधींची ओळख करून देण्यास मदत करणार होते. या विधींमुळे 'आध्यात्मिक मुक्ती' मिळते, असे मी ऐकले होते.

"तू वेडी आहेस का?" माझी आई ओरडली. जेव्हा मी व्यवस्थापनाची डिग्री सोडून शिकवणी वर्ग सुरू ठेवले तेव्हा ती अशीच ओरडली होती. जेव्हा 'मोटिवेशनल स्पीकर' म्हणून मी काम सुरू केले आणि शिलकीतले सर्व पैसे त्यात घातले, तेव्हाही तिची अशीच संतप्त प्रतिक्रिया होती. जेव्हा मी माझ्या अनेक वर्षांच्या प्रियकरापासून वेगळे होण्याचा निर्णय घेतला, तेव्हाही तिने हेच शब्द वापरले होते.

"मॅडम, तुमची कॉफी!" कॉफी विक्रेता थोडा अचंबित वाटला. मी काही मिनिटे स्तब्ध, शून्य नजरेने त्याच्याकडे पाहत उभी होते. माझ्या मागील ग्राहकांची रांग वाढली होती. गडबडून जाऊन मी हातात कॉफी घेतली. मागील लोकांचे चुकचुकणे मला जाणवले. "ही आजकालची मुले..." एक बाई दुसरीला सांगत होती. नेहमीचीच गोष्ट... आजकालची पिढी केवढी वाया गेलेली आहे!

शमन्सबद्दल आणि त्यांच्या विधींबद्दल मी खूप काही ऐकले होते. त्यांचे विधी जवळून जाणून घेण्याची सुवर्णसंधी आता आली होती. माझा व्यवसाय रसातळाला गेला होता आणि त्यातून मला बाहेर पडायचे होते. घड्याळाचे काटे मला मागे

फिरवायचे होते. फक्त चार वर्षे मागे नाही, तर ज्या वेळी मी व्यवसायात अग्रेसर होते आणि प्रेमाच्या वर्षावात नाहत होते; पण अनेक शतकांपूर्वी जेव्हा मानवी बुद्धिमत्ता उच्चतम प्रतीची होती आणि अशा पूर्वजांच्या अनुमानांवर आपण अजूनही जगत आहोत... त्या वेळेपर्यंत घड्याळाचे काटे मागे फिरवायचे होते!

"शमन नरमांसभक्षक आहेत," माझ्या मित्रांनी मला सांगितले. दूरच्या अनोळखी जागेत त्या जमातीच्या विधींमध्ये माझे सामील होणे त्यांना भयावह वाटत होते. त्यांना वाटत असावे की, ज्ञात पण सवयीच्या वेदना अनोख्या सुंदर जगापेक्षा कितीतरी बऱ्या ! तोच तो सवयीचा भूतकाळ उगाळत भविष्य विणता येते आणि नशिबात जास्त वेदना आल्या तरी सवयीचा भाग म्हणून जगता येते!

"तुला नेदरलँडला जाऊन शमनच्या विधींमध्ये का भाग घ्यायचाय? आणि हे शमन आहेत तरी कोण? आपल्या भारतातील आध्यात्मिक गुरू जगभरात नावाजले जातात. संपूर्ण जग आध्यात्मिक उन्नतीकरता भारताकडे आशेने बघते आणि तू नेदरलँडला जातेस? तू हिमालयात का जात नाहीस?" माझे मित्र मला समजावण्याचा प्रयत्न करत होते. मला नाही माहीत की त्यांना कोणत्या गोष्टीबद्दल आक्षेप होता. नेदरलँडला जाण्याबाबत की शमन लोकांकडून शिकण्याबाबत, कोण जाणे! कधी वाटायचे की, दोन्ही गोष्टींबाबत! माझ्याजवळ खरोखरच उत्तर नव्हते. मला नव्हते माहीत की, मी हिमालयात का जात नाही आणि नेदरलँडला का जाते! शाळेतून बाहेर पडले तेव्हा मी प्रथम क्रमांकाची विद्यार्थिनी होते; त्यामुळे शिक्षकांना वाटायचे की, मी विज्ञान शाखेत जावे; मला वाटत होते की, मी 'कला' शाखेत जावे. तुझ्यासारख्या हुशार विद्यार्थिनीने 'विज्ञान' शाखेतच गेले पाहिजे. 'साधारण' मुले 'कला' शाखेत जातात. माझ्या शिक्षकांना कधी कळलेच नाही, "मला कला शाखा आवडते," याशिवाय दुसरे उत्तर माझ्याजवळही नव्हते. जेव्हा हृदयातून हाक येते तेव्हा कारणमीमांसेच्या कुंपणाच्या पलीकडून येते आणि स्वतः अनुभवल्याशिवाय ही हृदयातून येणारी हाक उमजणेही अवघडच आहे.

सहा दशलक्ष लोकांमध्ये सुसानला टॉमच का आवडतो? टॉमपेक्षा हॅरी कित्येक पटींनी चांगला असू शकतो; पण प्रेमाला आयुष्याप्रमाणेच कारणमीमांसा नसते. एखादी अनुभूती घ्यावीशी वाटणे यामुळे दुसऱ्या अनुभूतीचे महत्त्व कमी होत नाही. एखादी गोष्ट हवीहवीशी वाटणे म्हणजे दुसऱ्या गोष्टीचा तिरस्कार होऊ शकत नाही. मला नाही माहीत की, माझ्या शेजारी असणारा धार्मिक संप्रदाय मी का नाकारला आणि कोणत्यातरी अज्ञाताच्या ओढीने सातासमुद्रापार का गेले! जेव्हा आध्यात्मिक अशांतीची परिसीमा होते, तेव्हा एखादा आश्रम गाठणे आपण समजू शकतो; पण त्यासाठी नेदरलँड गाठणे म्हणजे धर्मनिंदेची परिसीमा होती. जेव्हा अज्ञाताची हाक ऐकण्यासाठी मी नेदरलँड गाठले, तेव्हा माझ्या मनात आपल्या

राष्ट्राच्या प्रगल्भ आध्यात्मिक उंचीविषयी अतिशय आदर होता; पण हे वेगळ्या प्रकारचे आध्यात्मिक साहस मी पेलायचे ठरवले. माझ्या तीस वर्षांच्या आयुष्यात माझ्या जवळील लोकांना माहीत होते की, मी नेहमीच कोणतीतरी अकल्पित गोष्ट करणार; पण त्यांच्या दृष्टीने हा तद्दन मूर्खपणा होता.

त्या वेळी माझ्या मित्रांचे टोमणे आणि त्यांचा बौद्धिक बहिष्कार याची मला काळजी नव्हती. आयुष्यभर ज्यांच्यावर पूर्ण विश्वास ठेवला अशा लोकांनीच मला दगा दिला होता, माझी फसवणूक केली होती; त्यामुळे मी नेदरलँडला गेले तर लोक काय म्हणतील, याची मला भीती नव्हती. मेलेल्याला मरणाची कसली भीती? पराभूत माणसाला पराभवाचे भय नसते. त्याला मरणाचेही काही वाटत नाही. ज्या माणसाच्या आयुष्यात अंधार आहे, त्याला कोणी काळोखाची भीती दाखवू शकत नाही.

"ॲम्स्टरडॅम हे ड्रग्ज आणि सेक्सचे शहर आहे. तू तिथे संपशील. ती गोष्ट तू ऐकली नाहीस का?" इत्यादी... इत्यादी! आता मला आठवतदेखील नाही की कोणी काय म्हटले; कारण सर्वांनी सारख्याच गोष्टी सांगितल्या होत्या; पण त्यामुळे माझ्यावर काडीमात्र परिणाम झाला नाही. मी शमनसमवेत राहणार होते आणि स्वातंत्र्यात राहिल्यामुळे सुरक्षित जीवन जगणार होते.

'शमन' ही अतिशय प्राचीन जमात उत्तर युरोपमध्ये आणि दक्षिण अमेरिकेत राहते. त्यांच्या काही पद्धती, रूढी आहेत, ज्या केल्यामुळे आत्मिक मुक्तता मिळते आणि आयुष्याच्या ध्येयाप्रती प्रेरणा मिळते. माझ्याजवळ जेवढे पैसे होते तेवढे मी घेतले होते; पण ते पुरेसे नव्हते. नेदरलँडमध्ये आठवडाभर या पैशांवर मी जगू शकत होते; पण त्यानंतर काय माहीत! प्रारब्ध जे असेल ते...! माझे संपूर्ण आयुष्य शमनबरोबर व्यतीत करायला माझी हरकत नव्हती; कारण परत कशासाठी यायचे? परत येण्यासारखे माझ्याजवळ काहीच नव्हते. जेव्हा तुम्ही पराभूत होता तेव्हा लोक तुम्हाला मूर्ख आणि बावळट समजून वागवतात. अचानक तुमचा शेजारी ज्याचे आयुष्याचे ध्येय पार्टी, बायका, ड्रग्ज असे आहे, तोही अतिशय हुशार सल्लागार बनतो. "तू श्रीमंत माणसाशी लग्न कर! तू चांगली दिसतेस, हुशार आहेस; श्रीमंत नवरा पटकवायला आणखी काय पाहिजे? आज पार्टीत माझ्याबरोबर चल. तिथे काही लोकांशी ओळख करून देतो."

"मला वाटते, माझ्याजवळ भरपूर सामान आहे." माझ्या डोक्यात विचारांचे काहूर माजले होते. फ्लर एअरपोर्टवर घ्यायला आली तर बरे होईल; कारण विंटर्सविकला कसे जायचे आणि तिथून त्या खेडेगावात कसे जायचे, याची मला कल्पना नव्हती. फ्लर माझ्या मित्राची मैत्रीण. "मी अवश्य एअरपोर्टवर घ्यायला येईन." पण तिच्या आवाजात निश्चिती नव्हती.

“आयुष्यात सगळ्या गोष्टी मनासारख्या होत नसतात. जमवून घ्यायला शिकले पाहिजे,” माझ्या वडिलांनी मला सल्ला दिला होता. “आयुष्याची रीत अशीच असते. पुरुष पुरुषांसारखेच वागणार. ते फसवणूक करतात. चुका करतात. स्त्रीचे कर्तव्य आहे तिने समजुतीने घ्यावे, क्षमा करावी.”

मला समजुतीने घेण्याबाबत आता कोणताही उपदेश ऐकायचा नव्हता. मी क्षमा करू शकते; पण माझ्या हृदयाला जे पटते त्या बाबतीत मी कोणतीही तडजोड करू शकत नाही. ज्या पुरुषावर मी मनापासून प्रेम केले; त्याने माझ्यावरही प्रेम केले... आणि अन्य कोणावर तरी, तरीही वस्तुस्थितीशी मी कशी तडजोड करू शकेन?

“प्रिया ऽऽ” मला कोणीतरी हाक मारली. माझी थंड झालेली कॉफी त्या आवाजाने सांडली. त्या कॉफीची चवही मी घेतली नव्हती. आजूबाजूला बघितले तर एक अनोळखी व्यक्ती माझ्याकडे येत होती. “मी तुमच्या कार्यशाळेत मागच्या आठवड्यात होतो. तुम्ही खरोखरच ग्रेट आहात!” मला बघून त्याला खूपच आनंद झाला होता. “मला खरे तर यायचे नव्हते त्या सेशनला आणि टी ब्रेकमध्ये बाहेर फिरण्याचे ठरवले होते; पण तुम्ही जादू केली!” पण त्याचे बोलणे माझ्या मनापर्यंत पोहोचत नव्हते. आता भारतात कधीच परतायचे नाही! माझ्या ओळखीच्या जगातून अनोळखी जगात जाताना परत ओळखीच्या जगात येण्याची खूणगाठ बांधली नव्हती; त्यामुळे त्या अनोळखी व्यक्तीच्या प्रशंसेने माझ्या मनावर कोणताही परिणाम होत नव्हता.

“तुम्ही ॲम्स्टरडॅमला वर्कशॉपच्या निमित्ताने जात आहात?” त्याला दोनदा विचारावे लागले.

“होय.” मी माझ्याच विचारांमध्ये हरवले होते.

“मिस प्रिया कुमारसाठी ही शेवटची सूचना...!” जनउद्घोषणा प्रणालीवरून कर्कश आवाज आला.

“ओह! तुमच्यासाठी आहे ही सूचना! तुम्हाला पळावेच लागेल आता.”

त्या व्यक्तीचे नाव विचारण्याचे मी विसरून गेले.

कॉफीचा एकही घोट मी घेतला नव्हता. त्याच्याकडे कॉफीचा मग देऊन मी बोर्डिंग गेटकडे पळाले. विमानात बसणारी मी शेवटचीच होते. मी माझ्या सीटवर बसून माझ्या ओळखीच्या जगाला अलविदा केलं. तो शेवट होता.

★★★

सुंदर बगिच्यातील टेबलवर गरम कॉफीचे घोट घेत मी बसले होते. खूप सुंदर दृश्य

होते ते. आजूबाजूला मोकळे शेत, सुंदर कॉटेज, थंड हवामान, मागच्या भागात कुत्र्यांचे एकमेकांशी खेळणे, उमलण्याची वाट पाहणारी फुले, मोकळे आकाश... मी या परिसराच्या प्रेमातच पडले. कोणत्याही प्रवासी मासिकामध्ये शोभणारे चित्रच जणू माझ्या मनःचक्षूंसमोर चिकटवलेले होते. माझा विश्वास होता जर स्वप्नांमध्ये मी अशी सुंदर चित्रे माझ्या मनःचक्षूंच्या पटलावर चिकटवू शकले तर मला खरोखरच प्रत्यक्षातदेखील ती चित्रे बघता येतील. कदाचित कोणाला जादुई वाटेल; पण माझ्या आयुष्याचा प्रवास माझ्या मनःचक्षूंच्या पटलावर रेखाटलेला मी पाहिला होता आणि आता मी इथे असणे ही माझ्या दृढ इच्छेचीच किमया होती.

मी जिथे राहत होते तिथे 'मेरी' नावाची घराची सर्व व्यवस्था ठेवणारी बाई होती. थोडी लठ्ठ आणि चाळिशी पार केलेली ती बाई होती. माझ्या आजीसारखीच; पण तिच्याहून तरुण आणि आधुनिक दिसणारी. एक छोटेसे कॉटेज आणि आजूबाजूला मोकळी जागा. जागा खरोखरच साधी होती. या गावाला येणारे लोक इथे राहत. एक स्वयंपाकघर, जेवणाची जागा, झोपण्याची खोली आणि त्या खोलीत चार बंक बेड्स, एक संडास, बाथरूम; कॉटेजच्या बाहेर सुंदर बगिचा आणि सुरेख टेबल. एका रात्रीसाठी आठ युरो. यामध्ये आणखी जास्त काय येणार?

फ्लर मला घेण्यास आली नव्हती. मला हे अपेक्षितच होते. कोण फसवणूक करणार हे मला आधीच समजते. फसवणुकीचा अनुभव मला फार जवळून आला. माझ्या धंद्यातील भागीदाराने माझे पैसे आणि हिस्सा घेऊन पलायन केले. सात वर्षांची माझी सर्व मेहनत पाण्यात गेली. माझा धंदा वाढवतो म्हणून भागीदार झालेल्या या देखण्या व्यक्तीने माझे साम्राज्य शून्यावर आणले. खोटेपणाचा आता मला कोसो मैलांवरून वास येतो.

दोन जड सूटकेसेस कशाबशा सांभाळत मला विंटर्सविकचे गाडीचे तिकीट काढावे लागले. "तुम्ही या सूटकेसेस नाही घेऊ शकणार." टॅक्सी ड्रायव्हर म्हणाला. त्याच्याजवळ खूप छोटी टॅक्सी होती आणि तिथे हीच एक टॅक्सी उपलब्ध होती. गाव उत्तरेकडे तीस किलोमीटर दूर होते. प्रवासी बॅगेत काही कपडे आणि आवश्यक वस्तू कोंबून, मला माझ्या दोन भल्यामोठ्या सूटकेसेस रेल्वे स्टेशनच्या सुरक्षेत दिवसाचे पाच युरो या हिशेबाने ठेवाव्या लागल्या. जे आवश्यक आहे ते आणण्यासाठी केवढा हा भुर्दंड!

आध्यात्मिक प्रवासाची अशी मजेशीर सुरुवात झाली. "जेव्हा तुम्ही स्वतःचा आध्यात्मिक वारसा सोडून परक्या देशात जाता तेव्हा असेच होते." माझ्या अदृश्य मित्रांचे टोमणे मी अक्षरशः ऐकू शकले. मला वाटते, जेव्हा तुम्ही आशा सोडता तेव्हा पराभवही तुम्हाला पराभूत करू शकत नाही. एकाच व्यक्तीला तुम्ही दोनदा कसे मारणार?

जेव्हा माझ्या प्रवासी बॅगेसह मी कॉटेजमध्ये प्रवेश केला, तेव्हा मेरी आश्चर्याने म्हणाली, "तू फारच हलक्या सामानाने प्रवास करतेस!" मी तिच्याकडे पाहून फक्त हसले. मी खूप थकले होते आणि काय घडले हे सांगण्याचे त्राणही माझ्यात नव्हते.

"ये, तुला प्रवासाचा शीण आलेला दिसतोय. मी तुझ्यासाठी नाश्ता बनवते आणि नंतर तू विश्रांती घेऊ शकतेस." माझी प्रवासी बॅग पकडून मला ती कॉटेजच्या आत घेऊनही गेली.

मी कॉफीचे घोट घेत ब्रेडचे तुकडे चघळत होते, तेव्हा मेरी हसतच आत आली. मेरीला माझ्या आवाजावरूनच माझी आत्यंतिक गरज लक्षात आली होती. माझ्या येण्याबद्दल मी तिला फोनवरून सांगितले होते. खरे तर कोणत्याही आगंतुकाला तिने 'नाही' म्हटले असते; विशेषकरून शमन्सकडे येणाऱ्या व्यक्तीला! पण तिला कळले की, तिथे येण्याची मला गरज होती. सुरुवातीला तिने का कू केले; पण आध्यात्मिक मार्गदर्शनाच्या उद्देशाचा तिनेही स्वीकार केला. माझे भारतीय असणेही कुतूहलाचे ठरले.

"तू आध्यात्मिक शांती लाभण्यासाठी भारतातून इथे येत आहेस?" तिच्या आवाजातला आनंद फोनवर एवढ्या दुरूनही मला जाणवला.

मेरीने माझ्याजवळच्या टेबलवर बसत प्रेमाने माझा हातात हात धरला. 'कहुना' आमचे आध्यात्मिक गुरू आहेत. मी त्यांना तुझ्याबद्दल बोलले. तू आजच आली आहेस; त्यामुळे थोडी विश्रांती घे आणि त्यांनी सुचवल्याप्रमाणे उद्यापासून संस्कारांना प्रारंभ होईल. पुढच्या आठवड्यात शमन्सचे संस्कार पूर्णत्वाला जातील. तीच पवित्र वेळ आहे. मला वाटते, आज पूर्ण दिवस तू विश्रांती घे म्हणजे उद्यापासून तू आध्यात्मिक शुद्धीकरण आणि स्वातंत्र्याच्या प्रक्रियेत भाग घेण्यासाठी ताजीतवानी होशील."

मी 'हो' म्हटले. पुढे काय वाढून ठेवले आहे हे मला माहीत नव्हते; पण मेरीचा सल्ला माझ्यासाठी योग्यच असणार, असा मला विश्वास वाटला.

"उद्याच सुरुवात करायची? छे!" मी स्वतःशीच कुरकुरले.

माझ्या आत्तापर्यंतच्या आयुष्यात अमुक एक गोष्ट लवकर की उशिरा याबद्दल नेहमीच मी संभ्रमात असे. माझा खूप जास्त वेळ 'योग्य त्या वेळेची' वाट बघण्यातच गेला, हे माझ्या कधी लक्षातच आले नाही आणि ती योग्य वेळ नेहमी भविष्यातच असायची, वर्तमानकाळात नाही! मला हे कधीच समजले नाही की, ती योग्य वेळ हीच आहे! जर मला विचारले असते तर प्रवासाचा शीण घालवल्यानंतर एका आठवड्याने मी या प्रक्रियेत भाग घेतला असता. मला काही दिवस एकटे राहायचे होते. एकटेपणात खोल बुडून जाण्यासाठी एकांताची जागा पाहिजे होती;

पण मेरीचा ध्यास होता की, या पवित्र आठवड्यातच मी सुरुवात केली पाहिजे; मग माझा थकवा, माझे दुःख याच्याशी तिला काही देणेघेणे नव्हते.

"मी आज रात्री तुझ्या रूममधील मित्रांशी तुझी ओळख करून देईन. ते आज संध्याकाळी येतील." माझ्याशी बोलत ती माझ्या आजूबाजूची जागा दाखवत, माझ्या गरजांबद्दल माहिती घेत, मला सूचना देत होती.

"तुला गरम कोटाची गरज भासेल." माझ्याकडे पाहत ती बोलली. मी निळी जीन्स आणि पांढरा टी-शर्ट घातला होता आणि येणाऱ्या प्रत्येक थंड झुळुकीबरोबर मी थरथर कापत होते.

मेरीने एक ढगळा फरकोट दिला, "यामुळे तुझ्या अंगात ऊब येईल."

तिच्या चांगुलपणामुळे तिच्याबद्दल कृतज्ञता वाटली. आत्तापर्यंतच्या प्रवासाबद्दल कृतज्ञता वाटली आणि दुःखद भूतकाळाला छेद देऊन उज्ज्वल भविष्याचे स्वप्न पाहण्याचे धैर्य मिळाल्याबद्दलही कृतज्ञता वाटली.

मला वाटते, जेव्हा आपण पराभूत होतो तेव्हाही अंतर्यामीची आशेची ज्योत तेवतच असते. मी इथे आले आहे. मी पराभूत झाले नव्हते; अजूनतरी नाही.

मी थकले होते. माझे शरीर थकले होते. माझा आत्मा विदीर्ण झाला होता. मला झोपेची नितांत आवश्यकता होती.

मी खोलीत शिरले आणि सर्वांत खालचा पलंग झोपण्यासाठी निवडला. मला वरच्या बंकबेडवर चढण्याचेही त्राण नव्हते. गरम रजईच्या आत शिरल्यावर कधी निद्रादेवीच्या अधीन झाले, हे माझे मलाही कळले नाही.

"जेवण तयार आहे." मोठ्या आवाजाने मी दचकून जागी झाले.

"कोठे आहे मी?" पहिल्यांदा हाच विचार मनात आला. प्रवासाचा शीण आणि भावनिक दुःखामुळे माझ्या मेंदूचा पार भुगा झाला होता.

आजूबाजूला पाहिले तर खोलीमध्ये तीन माणसे होती.

"माझे नाव एमा."

एमा खरोखरच सुंदर होती. तिशीच्या अलीकडेच असणार. निळे डोळे, भुरे केस, नाजूक बांधा.

"हा रिक आणि हा सेन!"

ती दोघे आडदांड माणसे हसली; पण त्यांनी हस्तांदोलन केले नाही. रिक काटक होता आणि हसला की, छान खळी पडायची त्याला. सेन सगळ्यांत मोठा पण त्याची शरीरप्रकृती सगळ्यात जास्त ठणठणीत होती. माझ्या बिछान्याशी समांतर असणाऱ्या बिछान्यावर ते सर्व लोक त्यांचे सामान बाहेर काढत होते.

"कहुनाच्या विधींच्या वेळी आम्ही तुझ्यासोबत असू. कहुना आपले आध्यात्मिक गुरू आहेत." एमाला तिचे आध्यात्मिक गुरू, कहुनांबद्दल खूप आदर होता.

एमा ॲम्स्टरडॅममध्ये दंतवैद्य होती. ती कहुनांची शिष्या होती आणि दर तीन महिन्यांनी त्यांच्या मदतीला आणि आध्यात्मिक विधींमध्ये भाग घेण्यासाठी इथे यायची. रिक सॉफ्टवेअर इंजिनिअर होता आणि सेनचे भेटवस्तूंचे दुकान होते. ते सर्वजण ॲम्स्टरडॅममध्ये वास्तव्यास होते; पण गुरुसेवेसाठी त्यांच्याजवळ नेहमीच वेळ होता आणि त्या वेळेचा सुदुपयोग ते नेहमीच स्वतःच्या आध्यात्मिक उन्नतीसाठी करायचे.

"जेवण तयार आहे!" मेरीने परत एकदा हाकारा दिला. आता मात्र बिछान्यावरून मी टुणकन उठले आणि सगळ्यांबरोबर निघाले.

जेवणाच्या वेळी सगळ्यांनी एकमेकांची विचारपूस केली. असे वाटले की, मी एका निःस्वार्थी जगात प्रवेश केला आहे. विमान पकडण्यापूर्वीचे माझे आयुष्य विरायला लागले आणि मी आनंदी होते.

जेवणानंतर आम्ही आमच्या खोलीत आलो.

"तुम्हाला झोपेची आवश्यकता आहे." सगळ्यांनी लवकर झोपावे म्हणून मेरी असे सूचक बोलली.

मी रजईत शिरले. डोळे मिटण्यापूर्वी बघितले तर, रिक आणि सेन अंगावरचे सर्व कपडे काढत होते. प्रत्येकजण त्यांच्या स्वतःच्या बिछान्यात वस्त्रांशिवाय शिरला. एमानेही अंगावरची वस्त्रे काढली आणि ती माझ्या समांतर असणाऱ्या बिछान्यात शिरली.

"तू अंगावर कपडे घालून झोपणार आहेस?" तिने विचारले.

"अम् ऽऽ हो!" मी उत्तरले.

"किती विचित्र!" ती स्वतःशीच पुटपुटली आणि झोपी गेली.

माझ्या अनुभवांची शिदोरी : तुमच्यासाठी

→ आयुष्यात प्रत्येक गोष्ट मनासारखी घडत नसते. काही वेळा नको त्या गोष्टी घडतात; पण तुमच्या जिवंतपणाची ती आंतरिक ऊर्जा आहे. जेथे एकही प्रश्न नसतो ती जागा म्हणजे स्मशानभूमी!

→ जिथे प्रश्न निर्माण झाले तिथेच त्यांची उत्तरे मिळणार नाहीत. त्यासाठी तुम्हाला तटस्थपणे उत्तरे शोधावी लागतील.

→ तुम्ही दुखावले असाल तर जरूर थोडा वेळ त्या घटनेपासून दूर जा; पण त्याच वातावरणात तुम्हाला बदल मिळणार नाही. बागेत फिरायला जाणे हासुद्धा एक सुखद बदल आहे; पण तुमचे प्रश्न जिथे निर्माण झाले त्या जागेपासून दूर जा.

→ कधी कधी आपणास कळत नाही की, आपण अमुकच एक वस्तू का निवडतो; परंतु एका वस्तूची निवड म्हणजे दुसरी वस्तू नाकारणे अथवा अवैध ठरविणे, असे नाही.

→ जर तुम्ही जिवंत आहात तर या जगात आशा आहे आणि जिथे आशा आहे तिथे जिवंतपणा आणि आनंद येणारच!

घामाचे घर

सकाळी अलार्मच्या कर्कश ओरडण्याने जाग आली. मला कसेतरीच वाटू लागले. अर्धनग्न लोकांबरोबर झोपणे, ही काही माझी प्रसन्न सकाळची कल्पना नव्हती. मी अतिशय मनस्वी व्यक्ती आहे. मला सकाळी लवकर उठणे आवडत नसले तरीही माझे 'शुभप्रभात' अगदी आतून अत्यानंदाने आलेले असते. डोळे झोपाळू असतात, आवाज घोगरा आणि केस अस्ताव्यस्त असले तरी ऊर्जा मात्र प्रचंड असते. जरी फोनवरून मी मित्रांना 'शुभप्रभात'चा संदेश पाठवला तरी त्यात प्रचंड उत्सुकता असते, जगाला जाणण्याची इच्छा असते; पण इथे वेगळे होते. डोळ्याला डोळा न भिडविता भिडस्तपणे मी 'शुभप्रभात' म्हटले. माझ्या खोलीतल्या मित्रांशी मी जाणीवपूर्वक संभाषण टाळत होते. का कोण जाणे! कदाचित ते म्हणायचे, कपडे न घालता झोपत जा! म्हणूनही मी संभाषण टाळत असेन...

अंघोळीची वेळ म्हणजे प्रचंड डोकेदुखी होती. माझ्या आत्तापर्यंतच्या आयुष्यात माझा एकांत मी कमालीचा जपला होता आणि आता एका छोट्याशा जागेत जिथे दरवाज्याचे कुलूप तुटलेले आहे तिथे अंघोळ करणे म्हणजे माझी परीक्षाच होती. माझी उपस्थिती 'ऐकू' यावी म्हणून तिथे शिरताक्षणी ते निघेपर्यंत मी नळ चालू ठेवला. मला लक्षात आले होते की, माझे सर्व मित्र एवढे ग्रामीण होते की त्यांना 'व्यग्र' किंवा 'कृपया त्रास देऊ नका' या पाट्या समजतही नसणार. त्यांनी कधी वेगवेगळ्या देशांमध्ये प्रवासही केला नव्हता. म्हणून जेव्हा काल रात्री मी लघवी करत असताना एमा अचानक आत आली तेव्हा समजले की, जर आपले डोके शाबूत ठेवायचे असेल तर नळ सुरू ठेवावा! पाणी वाया गेले तरी चालेल.

अचानक रिक त्या छोट्याशा न्हाणीघरात डोकावला.

''आपण निघू या आता! पाण्यामुळे तुझे शरीर तर शुद्ध होणार नाहीच पण आत्माही नाही.''

मला विचलित करायला मुद्दामच त्याने एक कटाक्ष टाकला. खोलीतून बाहेर पडणारी मी शेवटचीच होते. खोलीतून निघण्यापूर्वी स्वतःची गादी व्यवस्थित

करण्याचा नियम मोडून मी शेताकडे धावत निघाले.

ती एक गारठवणारी सकाळ होती; पण वर निळेभोर आकाश पसरले होते आणि पांढरेशुभ्र ढगांचे पुंजके इकडून तिकडे धावत होते. त्यांच्या लोभस दर्शनाने मी तो अंगावर शहारे आणणारा गारठा पार विसरले. त्या निळ्याशार आकाशाकडे पाहून जाणवले की, माझ्या आत्म्याचा विस्तारही त्याच्याचएवढा होतो आहे. पाइनची झाडे ओलसर आणि हिरवीगार होती. तो दवबिंदूंचा ओलसरपणा होता की पावसाची सर येऊन गेली होती, कोण जाणे! मी तर 'कहुना'ला भेटण्यासाठी प्रचंड उत्सुक होते. ते शमनच्या चौथ्या पिढीचे एक थोर आध्यात्मिक गुरू होते.

ते तिथे खुर्चीवर बसले होते! लांब केस, दाढी, उंचीपुरी, धिप्पाड शरीरयष्टी आणि ग्रामीण भाव! पण चेहऱ्यावर शाश्वत शहाणपणाची मुद्रा आणि अतिशय लोभस हास्य! ते कहुना होते- कालातीत, देखणे आध्यात्मिक गुरू!

एमा, रिक, सेन आणि मेरी टेबलाभोवती बसून कहुनांसमवेत चर्चेमध्ये मग्न होते. जेव्हा कहुनांनी मला पाहिले तत्क्षणी चर्चा अर्धवट सोडून ते माझ्या दिशेने येऊ लागले. हसत हसत त्यांनी मला त्यांच्या दृढ, उबदार मिठीत घेतले. त्यांच्या उंचपुऱ्या, धिप्पाड शरीरयष्टीमुळे मी दिसेनाशी झाले. माझे डोके त्यांच्या छातीत जसे रुतून बसले होते.

"आध्यात्मिक स्वातंत्र्याच्या जगात तुझे स्वागत असो!" माझ्या कपाळाचे चुंबन घेत ते बोलले.

कहुनांची आणि माझी खूप जुनी ओळख असल्यासारखेच ते वागत होते. जशी खूप दूरच्या प्रवासानंतर मी घरी आले होते. मला वाटले की, ते लांबलचक उपदेश करतील; पण तसे काहीच झाले नाही. सगळीकडे आनंद ओसंडून वाहत होता. मला काही कळेचना! काही वेळा मी खूपच मूर्खपणा करते. आनंद आणि सुस्पष्टतेवर मी भले मोठे प्रश्नचिन्ह ठेवते!

अचानक एमाने मंत्र म्हणणे सुरू केले आणि बाकीच्यांनीही त्यात आपला सूर मिसळला. ती भाषा मला माहीत नव्हती; पण त्यांचे एकनिष्ठतेने म्हटलेले मंत्र ऐकत असताना मला आध्यात्मिक भूमीवर आगंतुकाने प्रवेश करावा असे वाटले; पण मला वाटते की, आध्यात्मिकता हा एखादा विषय नसून तो एक प्रवास आहे. तेव्हा तरी माझ्या मनाला मी हेच सांगितले.

जेव्हा शमन आनंदी असतात तेव्हा ते आनंदाने मंत्रोच्चार करतात. जेव्हा ते दुःखी असतात तेव्हाही ते आनंदाने मंत्रोच्चार करतात. जेव्हा कोणी नवीन व्यक्ती भेटते किंवा जुनी व्यक्ती दूर जाते तेव्हा ते आनंदाने मंत्रोच्चार करतात. प्रसंग कोणताही असू द्या, आध्यात्मिक अनुभूती असो किंवा एखादा जुजबी प्रसंग असो, ते आनंदाने मंत्रोच्चार करतात.

"आजचा दिवस पवित्र आहे. खरेतर हा संपूर्ण आठवडा आध्यात्मिक उन्नतीस पोषक आहे. आपण आपला दिवस 'घामाच्या घरा'च्या विधीने सुरू करू या.'' कहुनांनी स्मितहास्य केले. त्यांनी माझा होकार आणि उत्साह समजून घेण्यासाठी माझ्याकडे एक दृष्टिक्षेप टाकला. मीही उत्साहाने हसले.

"चला तर मग, निघू या! नंतर लवकरच सूर्य वर येईल!'' एमाने पुढे चालण्यास सुरुवात केली. आम्ही सगळेच उठलो आणि तिच्या मागून चालू लागलो. सगळ्यांच्या लांब टांगांसोबत चालताना माझ्या छोट्या पावलांची तारांबळ उडत होती. रिकने मागे वळून पाहिले. मी ओशाळून माझ्या पावलांची गती वाढवली.

'घामाचे घर' म्हणजे काय याबद्दल येथे शेतावर येण्यापूर्वी मी माहिती करून घेण्याचा प्रयत्न केला होता. मला सगळे माहीत करून घेण्याची उत्सुकता असते. सगळे स्वतः माहीत करून घेतल्यानंतर मी जे अनुभवत असते ते 'ज्ञान' असते. मला तयारीत राहायला आवडते. या विधीची मी उत्सुकतेने वाट पाहत होते आणि मला अभिमान आणि आनंद होता की, स्वानुभव घेण्यासाठी मी येथे हजर होते.

कोणत्या ना कोणत्या स्वरूपात 'घामाची अंघोळ' अलास्काच्या एस्किमोंपासून ते मयानी संस्कृतीपर्यंत आढळते. बहुतेक सर्व संस्कृतींमध्ये यात फक्त शरीर स्वच्छ होण्याची क्रिया अपेक्षित नाही. घामाच्या अंघोळीमुळे आजार बरे होतात, शिथिल झालेल्या स्नायूंमध्ये नवचैतन्य येते आणि स्वतःच्या वंशाची ओळख पटते. अनेक संस्कृतींमध्ये 'घामाच्या घरामुळे' तुम्हाला तुमच्या आयुष्याचे ध्येय कळते. मलाही हेच साध्य करायचे होते.

शंभर यार्ड दूर कहुना चार वैद्यांसमवेत आमची वाट पाहत होते. त्यांचेही केस कहुनांसारखेच लांब होते आणि त्यांनी ते मागे बांधले होते. त्यांची वस्त्रे मळकट राखाडी रंगाची होती; पण बाह्या मात्र गडद रंगाच्या होत्या.

"घामाच्या घरासाठी आपल्याला जागा शोधायची आहे,'' कहुनांनी सांगितले. त्यांनी आता पांढरीशुभ्र लोकरीची वस्त्रे परिधान केली होती आणि हातात मांजरीचे हाडूक धरले होते. त्यांनी सूर्याकडे पाहिले तेव्हा वाटले, याच गुरूच्या शोधात तर मी होते!

आमचे लक्ष त्यांच्याकडे गेल्यावर ते वळले आणि मुद्दामच ज्या दिशेला पाहिले होते, त्या दिशेला चालायला त्यांनी सुरुवात केली. डॉक्टर्स, प्राचीन शमन आणि आध्यात्मिक गुरू निरर्थक संवादावर विश्वास ठेवत नाहीत.

आम्ही शेताच्या हद्दीच्या बाहेर चालू लागलो तेव्हा मला जाणवले की, माझे खांदे खूप दुखताहेत. एवढा भला मोठा हिवाळी कोट घातला होता ना! मी अस्वलाच्या तावडीत अडकलेल्या एका छोट्या मुलीसारखी दिसत होते. शांतपणे

मी सगळ्यांबरोबर चालत होते. खरे तर आध्यात्मिक जागा म्हणजे काय याची मला काही एक माहिती नव्हती. अनेक वेळा आयुष्यात आदर्श नात्याबाबतीतही असेच झाले. काहीच माहिती नसताना मी शोधत गेले! आताही मला जसे आयुष्यात नेहमी वाटत आले तसेच हरवल्यासारखे वाटत होते; पण आता माझ्यासोबत माझे आध्यात्मिक गुरू होते.

आता आम्ही एका मोकळ्या जागेत आलो. कोण जाणे आम्ही किती अंतर चालत आलो; कारण माझे मन भूतकाळात बुडाले होते. शारीरिक प्रवासापेक्षा मानसिक प्रवास जास्त झाला होता आणि त्यामुळे गोंधळल्यासारखी अवस्था झाली होती. काही फुटांच्या अंतरावर एक डबके, जंगली फुलांची छोटी झुडपे आणि एका उंच झाडावर कावळ्याचे घरटे दिसत होते. आकाश निरभ्र होते आणि वाऱ्याच्या झुळकेसरशी झाडे आनंदाने डोलत होती. जंगली फुलांचा धुंद करणारा वास नाकात शिरल्यावर मला जाग आल्यासारखी झाली. मी जिथे उभी होते तेथून शेत अनंतापर्यंत पसरल्यासारखे दिसत होते आणि क्षितिजही मी बघू शकत होते. वर फडफडल्यासारखा आवाज आला आणि मी पाहिले तर एक राजेशाही गरूड आरामात घिरट्या घालत होता. "हीच ती जागा!" आनंदाने मी हसू लागले.

"आपण येथे पोहोचलो आहोत," कहुनांनी जणू माझे विचार वाचले. बाकी सर्वांनी होकार दिला. जेव्हा मी आजूबाजूला पाहिले तेव्हा माझी खात्री झाली की, कहुनांनी सांगण्याच्या आधीच सर्वांनी ही जागा ओळखली होती. मला वाटते, जेव्हा आपण योग्य जोडीदार, योग्य नोकरी, घर, चांगली जागा, भला साथीदार निवडतो तेव्हा आपल्याला आतून माहीत असते. मला वाटते की, काही वेळा आपले हृदय वेदनांनी भरलेले असते, त्या वेळी योग्य, आदर्श, आध्यात्मिक म्हणजे काय हे कळतच नाही. आपण काहीही बघू शकत नाही, जाणू शकत नाही. कारण ते बघायला किंवा जाणून घ्यायला आपण पात्र नसतो; पण जर आपण प्रवासात थांबलो नाही तर एका क्षणी आपण मोकळ्या जागेत पोहोचतो जिथे काळ स्तब्ध असतो, जिथे सगळेच आदर्श असते आणि आपला आत्मा आपल्याला सांगतो की, आपण योग्य जागी पोहोचलो आहोत. मला 'घामाच्या घरा'साठी आध्यात्मिक जागा दिसली होती. ती जागा म्हणजे माझा शोध होता. कहुनांनी फक्त माझ्या शोधाला होकार दिला होता.

कहुना त्या डबक्याजवळ जाण्यासाठी काही पावले चालले. त्यांचे दोन्ही हात पसरून जणू काही त्या पाण्यामध्ये असलेल्या ऊर्जेला ते श्वासांमधून सामावून घेत होते. काही क्षणांनंतर त्यांनी मागे वळून पाहिले आणि त्यांनी त्या चार वैद्यांना जवळ बोलावले.

"आपण येथून दहा फूट दूर अग्निकुंड बनवू या," त्यांनी सूचना दिल्या.

मी त्या जंगली फुलांच्या झुडपांजवळ उभी होते. त्या फुलांचा गंध, त्यांच्या रंगांसारखाच वेड लावणारा होता. मी मदत देऊ केली नाही, कारण मला माहीत होते की, डॉक्टरांना जर मदत देऊ केली तर ते त्याला हस्तक्षेप समजतात. जर तुम्ही गुरू नसाल किंवा त्यांचे शिष्य नसाल तर जेव्हा तुम्हाला बोलावणे येते तेव्हाच जायचे.

''शिक्षणाचे सर्वोत्तम माध्यम म्हणजे निरीक्षण,'' आमच्या आधीच्या संवादात कहुना म्हणाले होते. ''निरीक्षणाने शिकण्याची जबाबदारी स्वतःवर येते. शिक्षकाच्या शिकविण्याच्या जबाबदारीपेक्षा तुमची शिकण्याची जबाबदारी वेगळी आहे. जेव्हा तुम्ही निरीक्षणातून शिकता तेव्हा तुम्ही स्वतःच स्वतःचे शिक्षक असता. तुम्हाला काय शिकायचे आहे हे तुम्ही स्वतः ठरविता आणि त्या शिक्षणाचे पुढे काय करायचे, हेही तुम्ही ठरविता;'' त्यामुळे निरीक्षणातून शिक्षण घेण्याबाबतच्या संकल्पनेवर मी खूश होते.

त्या चार वैद्यांनी त्यांच्या पिशवीमधून, जी औषधांच्या बॅगेसारखी विणलेल्या कपड्यापासून बनली होती, काही अवजारे बाहेर काढली. त्यांनी पद्धतशीरपणे कहुनांनी सांगितलेल्या जागेवर खड्डा खणायला सुरुवात केली. त्यांनी दोन फूट खोल आणि तीन फूट रुंदीचा गोलाकार खड्डा खणला. एक माणूस जागेवरून उठला आणि त्याने खड्ड्याभोवती पंधरा फूट रुंदीची वर्तुळाकार रेषा काढली. ही घामाच्या खोलीची लक्ष्मणरेषा असावी. आता नऊ माणसे लवकरच या खोलीत दाटीवाटीने राहणार होती.

घामाच्या खोलीच्या मध्यभागापासून वीस फूट दूर कहुनांनी आणखी एक रेषा आखली. ती रेषा त्या डबक्याशी समांतर होती. जेथे ही रेषा संपत होती तिथे एका माणसाने खड्डा खणणे सुरू केले.

''आपण येथे एक समाधानाचे झाड लावू या,'' कहुनांनी सांगितले.

दुसऱ्या माणसाने एक खूप सुंदर ऋषीतुल्य रोप आणले आणि नुकत्याच तयार करण्यात आलेल्या खड्ड्यामध्ये ठेवले. उत्तर युरोपमध्ये ऋषीच्या झाडांची पाने पवित्र समजली जातात. ती वाळवली जातात आणि अनेक धार्मिक विधींमध्ये त्यांचा उपयोग केला जातो. अगदी भारतासारखाच!

मी बघितले की, सर्वजण वेगवेगळ्या ठिकाणी जाऊन फांद्या तोडत होते.

एमा म्हणाली, ''मला या फांद्या 'घामाच्या घरा'पर्यंत घेऊन जायला मदत करा.''

मी एमाला मदत केली. मला वाटले त्यापेक्षा त्या जड होत्या. रिकने फांद्या एका रेषेत ठेवल्या आणि अग्निकुंड मधोमध ठेवून इग्लूसारखे घर बनवू लागला. अर्ध्या तासाच्या आत त्याने एकट्याने 'इग्लू' तयारही केले!

एमा आणि सेन काळे खडक वाहून आणत होते. रिकने घामाच्या घराच्या सरळ रेषेत अजून वीस फूट दूर एक खड्डा खोदला होता आणि तिथे जाळ केला होता. हे सर्व ज्वालामुखीचे खडक शमन प्रार्थनेसाठी वापरतात. हे ज्वालामुखीचे खडक खरोखरच आश्चर्यकारक आहेत. जळताना ते लालभडक दिसतात. जणू काही ते जिवंतच आहेत! आणि त्यांना जाळातून बाहेर काढावे तसा त्यांच्यावर काळसर थर जमतो.

''या राखेच्या थरावरून कोणतेही निष्कर्ष काढू नका; कारण खडक आतून जिवंतच असतात.'' एमाने सांगितले. ती म्हणाली, ''अनेक प्रवासी या जिवंत खडकांना आपले नेहमीचेच खडक समजतात आणि त्यांची फसगत होऊन ते मरतात. अनेक गोष्टी किंवा प्रसंग बरेच वेळा फसवे असतात. आपण सर्व प्रवासी आहोत. आपली स्वप्ने साध्य करण्यासाठी आपण पूर्वी न अनुभवलेल्या सीमारेषा ओलांडतो. ज्ञान, मार्गदर्शन आणि आपल्या मनाचा हजरजबाबीपणा या तीन गोष्टींमुळे व्यर्थ प्रेमभंग आणि अपघात टळतात.''

ती चार माणसे एकापाठोपाठ एक चालत होती. प्रत्येकाने ढीगभर जाडजूड रजया हातात धरल्या होत्या. त्या लाकडी इग्लूच्या भोवती त्यांनी या जाड रजयांचे सात थर लावले. आता हे 'घामाचे घर' फारच उबदार दिसू लागले. त्या रजयांवर त्यांनी दोऱ्या बांधल्या, ज्यामुळे वाऱ्यामुळे रजया हलणारही नाहीत. त्या इग्लूचे छोटे तोंड रोपाच्या दिशेने उघडे ठेवले होते. 'घामाचे घर' तयार झाले होते.

काही अंतरावर असलेल्या एका व्यक्तीने माझे लक्ष वेधून घेतले. अतिशय देखणा माणूस! काटक पण पिळदार शरीरयष्टी. तो माझ्या दिशेने येत होता. प्रसंग टॉम क्रूझच्या सिनेमातीलच होता. निळी जीन्स, पांढराशुभ्र शर्ट आणि वैमानिकासारखा काळा गॉगल घालून तो येत होता. मी माझा प्रेमभंग विसरले. माझे मित्र यालाच 'पाहता क्षणी प्रेम' असे म्हणतात.

मार्टिन जवळ येताच त्याने हात हलवला. ''मी या घराची राखण करेन,'' त्याने हसून सांगितले. घराचा रखवालदार ज्वालामुखीचे खडक बाहेर जळत ठेवतो आणि प्रसंगानुरूप ते आत आणतो. तो प्रार्थनाही 'सुरक्षित' ठेवतो. मार्टिनला भेटून मला फार आनंद झाला. माझ्यासाठी तो एक 'आदर्श' जोडीदार होता; पण नंतर कळले की, त्याचा वाङ्निश्चय झाला होता; पण मला त्या मुलीबद्दल कुतूहल होते जी मार्टिनला विवाहबंधनात अडकवायला पात्र ठरली होती; पण त्या मुलीबद्दल मला कसे कळणार? सध्या तरी मी खूश होते कारण तो माझ्यासोबत होता.

मार्टिन त्याच्या क्षेत्रात आध्यात्मिक गुरू होता. घामाचे घर बांधणे, अग्नी निर्माण करणे आणि उपचार करण्याच्या विधींमध्ये मदत करणे, हे सर्व तो करत असे. तो आणि त्याची वाग्दत्त वधू सुसान लोकांना आध्यात्मिक उपचारपद्धती

आणि आध्यात्मिक सबलीकरणाबाबत मार्गदर्शन करायचे. जेव्हा मार्टिन त्याच्या आणि सुसानच्या कामाबद्दल अभिमानाने सांगायचा, तेव्हा माझ्या नकळत मी त्यांचा हेवा करायचे. माझा नुकताच प्रेमभंग झाला होता; त्यामुळे दुसऱ्यांच्या आनंदात सामील होण्याचा उदारपणा माझ्यात आला नव्हता. मार्टिनचा आनंद पाहून मी दुःखी झाले; कारण मी त्याच्यासारखी आनंदी नव्हते. हे जरा विचित्रच होते. मी कसनुशी हसले आणि खोल श्वास घेतला; असे वाटण्याबद्दल स्वतःला चांगलेच दटावले. ''जाऊ दे प्रिया, त्याचा आनंद तुझ्या नकारात्मक ऊर्जेने हिरावून घेऊ नकोस.'' मी स्वतःशीच बोलले. कधी कधी तुम्हाला शब्दांतून व्यक्तही करावे लागत नाही; पण तुमच्या नकारात्मक ऊर्जेने तुम्ही दुसऱ्यांचा आनंद हिरावू शकता. मी चोर नव्हते, जरी दुसऱ्यांचा आनंद आणि अभिमान चोरण्याचा प्रश्न होता. मार्टिनच्या आनंदात मी हसून सहभागी झाले.

''चला, आता विधी सुरू करू या. वेळ झाली,'' कहुनांनी जाहीर केले. ''तुम्ही तुमचे कपडे आणि चपला त्या झुडपांशेजारी ठेवू शकता,'' जवळच्या तळ्याकडे बोट दाखवून ते म्हणाले. मार्टिनने माझ्याकडे बघत स्मितहास्य केले, मीही हसून त्याला प्रत्युत्तर दिले. नजरेस नजर देत मी कोटाची बटणे काढायला सुरुवात केली. मार्टिन अधिक मोकळेपणाने हसला आणि त्यामुळे त्याच्या चमकदार पांढऱ्याशुभ्र दंतपंक्तीचे मला दर्शन झाले. ''दंतपक्ती अशा सुरेख असाव्यात!'' मी स्वतःशीच बोलले. कोट झुडपावर ठेवून मी मागे वळून बघितले तर मार्टिन अजूनही माझ्याकडेच पाहत होता. मला लाज वाटली. मला माझ्या बाह्या वर करायच्या होत्या; पण मला फारच अवघडल्यासारखे वाटू लागले. माझा शर्ट मी खांद्यावर नेला आणि माझा स्विमिंग सूट जगाला दिसू लागला. मार्टिन खळखळून हसला.

''माझा विश्वासच बसत नाही की तू स्विमिंग सूट घालणार आहेस,'' हसण्यामुळे त्याचे डोकेही हलत होते.

''हो, मी घालणार!'' मी हसून प्रत्युत्तर दिले. मला वाटते, आजूबाजूला असलेल्या विनासंकोच नग्नतेशी मी अजूनही समझोता केला नव्हता. दुसऱ्या लोकांच्या श्रद्धा आणि संस्कृतीबद्दल मी सहनशील होते आणि तेही माझ्या संस्कृतीबद्दल. विविधतेचा अतिशय सुंदर मिलाफ होता आमच्यात. 'घामाच्या घरा'नंतरही हाच सुसंवाद जपण्याचा मी प्रयत्न केला. या अनुभवानंतर दुसऱ्यांच्या श्रद्धा किंवा विचार बदलण्याची मला कधीही गरज वाटली नाही. एकच गोष्ट बरोबर असते आणि ती म्हणजे तुमच्या मतानुसार जी गोष्ट बरोबर असते ती! आपण शिकतो, आपण बदलतो आणि आपली वाढ होते आणि हे सर्व आंतरिक प्रेरणेने होते. बाहेरचा कोणताही घटक हा बदल आणू शकत नाही.

आम्ही सर्वजण थंडगार, ओलसर गवतावर गोल करून बसलो. कहुनांनी पांढरेशुभ्र व लाल रंगाचे जाड वस्त्र कमरेभोवती गुंडाळले होते. त्यांचे शरीर मजबूत होते. असा योगी हिमालयात सापडू शकतो. त्यांचे कालातीत असे व्यक्तिमत्त्व होते. ती चार वैद्य माणसे, रिक आणि सेन कहुनांभोवती नग्नावस्थेत बसली होती. एमावर माझा प्रभाव पडलेला दिसत होता कारण ती माझ्याशेजारी आवश्यक अशी वस्त्रे परिधान करून बसली होती. कोणीच कोणाकडे बघत नव्हते. प्रत्येकजण स्वतःतच होते आणि विधींकडे डोळे लावून होते. कहुनांनी मंत्रोच्चारास सुरुवात केली. मी सोडून सगळेजण मंत्रोच्चार करू लागले.

मंत्रोच्चार जसे वाढत गेले, तसे मला आश्चर्य वाटले की, 'मी' त्या प्रार्थनेत नव्हते. माझे फक्त अस्तित्व होते. अतिशय द्विधा मनोवस्थेत दोन दिवसांपूर्वीच मी नेदरलँडला आले होते आणि आता माझे घर, दुःख, टोचणारे आवाज, बोचणाऱ्या मागण्या, सगळे काही दुःस्वप्नासारखे वाटले. त्या क्षणाला मी आधीच्या आयुष्याशी कोणतेच नाते जोडू शकले नाही. माझी तीस वर्षांची द्विधा मनःस्थिती क्षणात नष्ट झाली. जशी मी माझ्या आधीच्या आयुष्यावर इस्त्री फिरविली होती.

अचानक मला जाणवले की, मीच माझ्याविरुद्ध कट करून ही बिकट परिस्थिती स्वतःवर ओढवून घेतली आणि आता त्यातून बाहेर पडण्याचा मार्ग शोधतेय. मला वाटले की, येथे येण्यास मीच मला भाग पाडले. अचानक माझ्या आयुष्यातल्या सर्व प्रसंगांचा अर्थ मला उमगला. जर माझ्या आयुष्यात संकटे आली नसती तर मी येथे नसते. संकटाच्या काळात आपल्याला अध्यात्माची ओढ लागते. शांतता स्थिरत्व आणते. मंत्रोच्चाराची तीव्रता आता वाढली होती. हे नाही माहीत की, माझ्या मनातले विचार चूक होते की बरोबर; पण ते निश्चितपणे महत्त्वाचे होते. जर येथे येण्यासाठी मीच जबाबदार आहे तर आधीच्या काही आठवड्यांमध्ये एवढे दुःख मला मिळाल्याबद्दलही माझी मीच जबाबदार आहे. या एका दिवसातच आध्यात्मिक अनुभूतीमुळे जर माझ्या आत्म्याची प्रगती होऊ शकते, तर आधीच्या गोंधळालाही माझ्या आत्म्याची इच्छाच कारणीभूत आहे आणि जर माझे आयुष्य म्हणजे एक लांबलचक मार्ग आहे, तर माझ्या मार्गात आलेला प्रत्येक 'वाईट अनुभव' पुढील 'चांगल्या अनुभवा'साठी बांधलेला सेतू आहे. 'वाईट अनुभवाच्या' सृजनाची जबाबदारी घेऊन मी 'चांगल्या अनुभवांचा' ठेवा निश्चित केला आहे.

अचानक मंत्रोच्चार थांबले, असे मला तरी जाणवले. त्यांची बोलीभाषा मला येत नव्हती. बोलण्याची सुरुवात आणि शेवट सारखेच वाटायचे.

मंत्रोच्चाराच्या शेवटी कहुना म्हणाले, ''आता तुमच्या हृदयातील इच्छा सांगण्याची ही वेळ आहे.'' मी बघितले तर, सर्वजण प्रार्थना करत होते. पाय एकमेकांवर ठेवून, हाताचे तळवे वर करून प्रार्थना करत होते. मीही तसेच केले.

"तुमच्या हृदयीच्या इच्छेचा विचार करा. ही इच्छा म्हणजे तुम्ही तुमचा शोध घेण्यासाठी अंतरात्म्याने बनविलेली योजना. इच्छा म्हणजे तुमची प्रगती होण्यासाठी अंतरात्म्याने तयार केलेली योजना. इच्छा म्हणजे प्रार्थना! इच्छा असणे म्हणजे पाप नाही. जेव्हा तुमच्या हृदयीची इच्छा साकार होते तेव्हा त्यात अंतर्यामीची सुंदरता आणि भरभराट प्रतिबिंबित होते. ते आपले खरे अस्तित्व असते. अंतर्यामीच्या प्रगटीकरणासाठी इच्छेची मदत होते. इच्छा हा आत्म्याचा आविष्कार आहे. तुमच्या अंतर्मनात खोल डुबकी मारा. तिथे मर्यादा नाही." प्रार्थना म्हणावी तसे कहुना बोलत होते.

माझ्या मनात कोणती इच्छा होती? मला कोणतीच इच्छा आठवली नाही. मी अक्षरशः नरकातून बाहेर आले होते. माझ्या स्वप्नांचा चुराडा झाला होता. बँकेच्या खात्यात शून्य पैसे होते. मी हरले होते. आतून तुटले होते. आतून तुटलेल्या माणसाच्या मनात कोणती इच्छा असणार? जेव्हा सर्व आशा सोडून गेल्या आहेत तेव्हा कोणती इच्छा माणसाच्या मनात घर करणार? असे होऊच शकत नाही. घोर निराशा आणि इच्छा एकाच हृदयात वास्तव्य करू शकत नाही. आता मला कळले, जेव्हा आतून तुटलेल्या माणसाला तुम्ही यशाचा मार्ग दाखवता, तेव्हा तो अधिकच खोल गर्तेत जातो. मला समजले, जेव्हा हृदय आतून तुटलेले असते तेव्हा आशेचा एक किरणही आत शिरू शकत नाही. मला स्पष्टपणे समजले, जेव्हा लोकांना त्यांच्या स्वप्नांबद्दल विचारले जाते तेव्हा ते भीतीने का उन्मळून पडतात? पराभूत माणसाला 'इच्छा' म्हणजे परकी परिभाषा वाटते. जो अजूनही दु:खामध्येच तडफडतो आहे त्याला 'इच्छा' म्हणजे एक क्रूर थट्टा वाटते. या सर्व पराभूत आत्म्यांमधील मीही एक होते; फरक एवढाच की, माझा नवीन जगात प्रवेश झाला होता. माझ्या आधीच्या जगापासून मी कोसो दूर आले होते. नवीन जगाबद्दल मी विचार करू लागले होते.

मला सर्व गोष्टी पाहिजे होत्या. जगाचा सर्व चांगुलपणा माझ्या वाट्याला यावा असे मला वाटत होते. मला उतू जाणारी भरभराट पाहिजे होती. श्रीमंतीचा बडेजाव नको पण तृप्त श्रीमंती पाहिजे होती. त्यावर प्रसिद्धीची सोनेरी किनार मला पाहिजे होती. अंतर्यामी सतत शीळ घालणारा, जीवाभावाचा सखा पाहिजे होता. मला प्रेमळ कुटुंब पाहिजे होते. माझ्यातले गुण व्यक्त करण्यासाठी संधी पाहिजे होती. पृथ्वीवरचे सर्व सुंदर अनुभव मला घ्यायचे होते. ज्याने हे सर्व विश्व उत्पन्न केले त्याच्याशी मला एकरूप व्हायचे होते. विश्वाबरोबर मलाही प्रसरण पावायचे होते. प्रसरण पावून क्षितिजाला टेकणाऱ्या सीमारेषेच्या बाहेर पाऊल ठेवायचे होते. कोणत्याही अटीशिवाय मला प्रेम पाहिजे होते. प्रेमासाठी प्रेम पाहिजे होते. त्यात कोणतेही बंधन नको होते. मला सर्व म्हणजे सर्वकाही पाहिजे होते.

मी जेव्हा डोळे उघडले तेव्हा दिसले की, सगळे माझ्याकडे रोखून पाहात आहेत. उत्सुक आणि प्रेमळ डोळे मला न्याहाळत होते. मी डोळे उघडेपर्यंत माझी वाट पाहत होते. मला जिवंत झाल्यासारखे वाटले. आतील विझलेली ज्योत परत पेटली. मला घरी आल्यासारखे वाटले.

कहुना उठले आणि त्याबरोबर सर्वजणच उठले. सर्वांनी प्रार्थनेसाठी उघडलेले तळवे अजूनही वरतीच होते. मी खूप उत्सुक होते. माझ्या हृदयाचे ठोके जलद पडत होते आणि हातपाय कापत होते. जसे काही माझ्या स्वप्नांच्या नगरीतच मी पोहोचणार होते.

"आता आपण प्रत्येकाने ऋषी रोपाच्या भोवती एक-एक रोप लावायचे आहे. तुमच्या हृदयातील इच्छा म्हणजे हे रोप. तुमच्या ज्या इच्छा-आकांक्षा असतील त्या या दैवी रोपाबरोबर पेरा आणि या इच्छा दृश्य स्वरूपात दैवी मार्गाने तुमच्या आयुष्यात फलद्रूप होवोत! तुमची इच्छा म्हणजे वैश्विक प्रार्थनेच्या रोपावर उमललेले एक सुंदर फूल ठरो!"

आम्ही ऋषी रोपाच्या दिशेने ओळीने चालू लागलो.

रिकने त्याच्या हातावरची पट्टी काढली आणि बाजूला खड्डा खणायला सुरुवात केली. एमाने तिच्या गळ्यातला हार काढला आणि तिची इच्छा पेरायला रांगेत उभी राहिली. अचानक सेन कॉटेजच्या दिशेने जाऊ लागला. त्यालाही काहीतरी पेरायचे होते. जर सेन जाऊ शकतो तर मीही! मी विचार केला. कारण मी काहीही आणले नव्हते. माझे पाय थरथर कापत होते. चेहऱ्याला कोरड्या, थंड हवेचा सपकारा लागत होता. मी सेनच्या दिशेने चालू लागले. बर्फासारख्या थंड गवतावर चालताना माझे पाय बधिर झाले होते; पण नवीन आयुष्याला आकार देण्याच्या कल्पनेनेच मी हरखून गेले होते. कॉटेजच्या दिशेने माझी पावले झपाझप पडत होती. मला दिसले की, सेनने कॉटेजच्या दिशेने उडीच मारली. त्याला जे पाहिजे होते ते लवकर मिळाले. मी आत शिरले तेव्हा त्याच्या जोरात ढकलण्याने दार अजूनही हलतच होते. मी माझ्या इच्छेचे प्रतीक म्हणून काय पेरू शकते?

माझे हात थरथर कापत होते; पण मला माहीत होते की, ते थंडीने कापत नव्हते. जिवंत असण्याचा तो रोमांच होता किंवा अचानकपणे माझे नवीन जग निर्माण करण्याची मला मिळालेली संधी! किंवा जे काही करते आहे त्याची जाणीव जागृत झाल्यामुळे मिळालेला आनंद!

मी माझ्या खोलीत गेले आणि प्रवासी बॅग उघडली. माझा आवडता टी-शर्ट आणि एकमेव डिझायनर टिसॉटचे घड्याळ बाहेर काढले. माझे डेबिट कार्ड, काही पैसे, माझा फुलपाखरी हार आणि पांढऱ्या सोन्याची अंगठीही मी बाहेर काढली. माझा नेदरलँडकडे येण्याच्या विमानाचा बोर्डिंग पास, माझे कंपनीचे ब्रोशर, माझे

बिझनेस कार्ड, माझा कुटुंबीयांसमवेतचा फोटो, माझी डायरी आणि गणपतीची छोटीशी मूर्तीही मी बाहेर काढली. माझ्या टी-शर्टमध्ये मी सगळे सामान बांधले आणि विधीच्या ठिकाणी पळत सुटले.

सगळेजण ऋषी रोपाजवळ माझी वाट पाहत होते. मार्टिनला मी आणलेल्या वस्तू दिसल्यावर हसू आवरणार नाही. कहुनांबद्दलही मला थोडेफार हेच वाटत होते. त्यांना वाटेल काय क्षुल्लक गोष्टी आणल्यात मी! पण कोणी एक अवाक्षरही उच्चारले नाही. एकही नकारात्मक प्रतिक्रिया आली नाही. मला वाटते, अशा प्रतिक्रिया येण्याची शक्यता मीच माझ्या डोक्यात भरवली होती. आपण नेहमी आपल्या क्रिया-प्रतिक्रिया अजमावतो आणि आपल्याला वाटते की, दुसरे लोकही अशीच प्रतिक्रिया व्यक्त करतील. 'दुसरे' आपल्याबद्दल काय म्हणतील या विचाराने आपण आपल्यालाच फसवतो. ते 'दुसरे' म्हणजे 'आपणच' असतो आणि आपल्यातील 'दुसरा' सतत असाच विचार करत असतो. या ग्रहावर असे अनेक लोक आहेत की जे सतत विचार करतात की, दुसरे काय म्हणतील आणि स्वत:च्या आयुष्याचे ध्येय आणि हेतू विसरून जातात. माझ्या इच्छांची सर्व प्रतीके पाहून कोणालाही फरक पडला नव्हता. कोणीही हसले नव्हते.

त्या रोपाच्या सभोवताली मी प्रयत्नपूर्वक बरेच खड्डे खोदले. डेबिट कार्ड हे माझ्या आर्थिक सुबत्तेचे प्रतीक होते. माझे घड्याळ हे कालातीत आनंदाचे प्रतीक होते. माझ्या कंपनीच्या ब्रोशर आणि बिझनेस कार्डसाठी मी मोठा खड्डा खणला आणि प्रचंड संधी व उज्ज्वल यशाची इच्छा त्यात पेरली. माझी अंगठी माझ्या सौंदर्यासाठी आणि माझा फुलपाखरी हार माझ्या स्वातंत्र्यासाठी ठेवला. माझा टी-शर्ट आणि शंभर रुपयांची नोट माझ्या भरभराटीसाठी पेरली. माझी 'कृतज्ञता' डायरीही मी त्या खड्ड्यात ठेवली कारण मला माहीत होते की, त्यामुळे आयुष्य खऱ्या अर्थाने जगायचे शहाणपण मला प्राप्त होईल आणि सर्वांत शेवटी मी गणपतीची मूर्ती ठेवली ज्यामुळे मला भविष्यात आणखी इच्छापूर्तीसाठी त्याची मदत घेता येईल. आत्ता तर माझी सुरुवात होती. चांगुलपणाचे दार थोडेसे उघडे ठेवलेलेच बरे की ज्यामुळे मी तिथे परत येऊ शकेन! मी अतिशय धूर्त आहे! चांगुलपणा कोठेही असो, मी चोरू शकते! अगदी देव्हाऱ्यातलासुद्धा!

मला अजिबात घाई नव्हती. समजून घ्यायला, अनुभवायला माझ्या भावनेचा प्रत्येक पापुद्रा अलगदपणे उलगडायला मला वेळ होता. मला माझ्यासाठी वेळ होता आणि त्यातून मिळणारा आनंद केवळ दैवी होता. मला असे वाटत होते की, माझ्या इच्छा पूर्ण झाल्या होत्या. माझ्या आतापर्यंतच्या आयुष्याची मला अजिबात किंमत वाटत नव्हती. आत्ताचा क्षण महत्त्वाचा होता आणि उद्या जे येणार आहे त्याबद्दल उत्सुकता होती. पुढील आयुष्य जगण्यासाठी मी उत्सुक होते कारण ते

मी निवडलेले आयुष्य होते. जे माझ्यासाठी योग्य होते ते आयुष्य मी निवडले होते आणि त्यामुळे ते आयुष्य जगण्यासाठी मी उत्सुक होते. स्वत: निवडलेले आयुष्य जगणे ही भावनाच भन्नाट होती. मला वाटले की, मी एक कलाकार आहे. स्वत:च्या आयुष्याला स्वत:च रंग, रूप आणि आकार देतेय. सृजनाचा आनंद किती अवर्णनीय असतो ना!

अखेर हातावरची धूळ झटकत मी उठले. मी अंतर्बाह्य हरपून गेले होते. आनंदी होण्यासाठी खरे तर कोणतेच कारण नव्हते; पण मी खूप खूश होते. माझे चिखलाने माखलेले हात जोडून प्रार्थनेसाठी मी उभी राहिले. आता मला कशाचीही पर्वा नव्हती.

मी विचार करू लागले, बाकीच्यांनी कोणते रोप लावले असेल? रिकच्या हातावरची पट्टी त्याच्या गुरुंनी सुरुवातीला त्याला बांधली होती. त्याने नक्कीच आध्यात्मिक उन्नतीचे रोप लावले असणार. एमाने तिचा हार ज्यावर 'ओम' लिहिले होते ते आत ठेवले होते. मला वाटले, तिनेही आध्यात्मिक प्रगतीचीच इच्छा व्यक्त केली असणार. त्यांच्यासमोर माझ्या इच्छातर फारच तुच्छ होत्या. मी कधी या पायावर तर कधी त्या पायावर भर देत उभी राहून लोकांच्या रोपांशी तुलना करत होते. आयुष्यभर मी हेच केले. माझ्या इच्छा-आकांक्षांना लोकांच्या इच्छा-आकांक्षांशी पडताळून बघत होते. माझे सकारात्मक किंवा नकारात्मक असणे लोकांच्या तुलनात्मक वृत्तींवर अवलंबून असायचे. माझा मौनसंवाद ऐकल्यावर तर मला खात्री पटली की, आपण आयुष्य जगण्याच्या पद्धतीबद्दल फारच अनभिज्ञ होतो. माझे आयुष्य आणि त्यात मी केलेल्या निवडी यांचा संबंध माझ्या प्रगतीशी आणि नियतीशी होता. सतत दुसऱ्यांच्या आयुष्याशी तुलना करत बसल्याने मी माझ्याच नजरेतून उतरले होते. मी असे करायला नको होते.

रोपाच्या सभोवताली सर्वजण वर्तुळाकार उभे होते. मीही लगेच त्यात सामील झाले. मार्टिनने उकळणारी ऋषी रोपाची पाने आणली आणि त्यांच्या वाफांमधून निघणाऱ्या सुगंधात आम्हा सर्वांना बुडवून टाकले. त्याच्याजवळ घुबडाच्या पिसांचा पंखा होता आणि तो पंखा खाली वर करत जणूकाही आमच्याभोवती तो नवीन आभा निर्माण करत होता. हवेची थंड झुळूक अवतीभोवती खेळत होती. त्या थंड झुळकेमुळे आणि पिसांमुळे वाटत होते की, माझ्या आजूबाजूला खरोखरच सर्व निरभ्र, पारदर्शक आभा पसरत आहे. उकळणाऱ्या ऋषीच्या पानांचा गंध सर्वदूर पसरला होता आणि आसपासचे पक्षीही शांत झाले होते. त्यांनाही कळले की, आता आध्यात्मिक प्रक्रिया सुरू झाली आहे.

"खडक तयार आहेत," उकळणारी पाने रोपाच्या बाजूला असलेल्या प्रवाळाच्या कवचावर ठेवत मार्टिन कहुनांना म्हणाला.

कहुनांनी आमच्याकडे वळून समजवायला सुरुवात केली, ''घामाचे घर हा एक आध्यात्मिक विधी आहे. आतमध्ये आपण टप्प्याटप्प्याने प्रार्थना करायची आहे. प्रार्थनेच्या प्रत्येक टप्प्याला हे 'घामाचे घर' खुले होईल. ज्वालामुखीच्या जुन्या खडकांऐवजी मार्टिन नवीन पेटते खडक घेऊन येईल. प्रत्येक टप्पा म्हणजे तुम्हाला या घरातून बाहेर पडायची संधी आहे; पण एकदा प्रार्थना सुरू झाली मग मात्र तुम्हाला या घरातून बाहेर पडता येणार नाही. तुम्हाला काही प्रश्न आहेत?''

मला एकही प्रश्न विचारायचा नव्हता. आतमध्ये जायला मी अतिशय उतावीळ झाले होते. अज्ञाताबद्दल प्रश्न कसे विचारायचे? प्रक्रिया सुरू झाल्यावर प्रश्न येतील आणि आश्चर्य म्हणजे त्यावेळी तुम्हालाच तुमची उत्तरे शोधावी लागतील. मला आत्तासुद्धा अनेक प्रश्नांची उत्तरे मिळत होती. जे प्रश्न मनात आले नव्हते, त्यांचीही उत्तरे मिळत होती. म्हणून मी आत जायला उतावीळ झाले होते.

सर्वप्रथम सेनने आतमध्ये प्रवेश केला. एका छोट्या छिद्रातून तो आतमध्ये गेला. रजईचा एक भाग मार्टिनने उघडा ठेवला होता आणि आतमध्ये शिरण्याचा तो एकमेव मार्ग होता. नंतर ती चार वैद्य माणसे आत शिरली; त्यानंतर एमा शिरली आणि तिच्यानंतर मी आतमध्ये शिरण्याची धडपड करू लागले. तोंडाशी आल्यावर एकदा मागे वळून मी ते रोप डोळे भरून बघितले. आता माझ्या इच्छांच्या प्रार्थना होतील. मी मार्टिनकडे पाहिले. त्याने रजई वर करून ठेवली होती. त्याने हलके स्मित केले. मी गुडघे वाकवून आत सरपटत गेले.

आत गुडूप अंधार होता. कोणीच दिसत नव्हते; सगळे दाटीवाटीने बसले असावेत. ''इकडे ये,'' मी सेनचा आवाज ऐकला. एकमेकांचा आधार घेऊनच सगळ्यांना बसावे लागत होते. मी सेनच्या शेजारी बसले. त्या चार वैद्य माणसांपैकी एकजण माझ्यासमोर बसला होता. समोर सरकून बसायला अजिबात जागा नव्हती. मी कशीबशी पाय छातीजवळ घेऊन बसले. गवत ओले होते आणि माझ्या पायावरून काहीतरी सरपटत गेल्यासारखे वाटले. मी दीर्घ श्वास घेतला आणि त्या सरपटणाऱ्या प्राण्याचा विचार सोडून दिला; पण मला कसनुसेच वाटत होते.

रिक आणि कहुना आत आले. त्या छिद्रातून जेवढा प्रकाश येत होता तेवढाच! मी तिथेच लक्ष केंद्रित केले. आतमध्ये एवढा काळाकुट्ट अंधार होता की, मला तिथे डोळे फाडून बघावे लागत होते. मी डोळे फाडून बघण्याचा आटोकाट प्रयत्न करत होते. आपण आपल्या इंद्रियांवर एवढे अवलंबून असतो की, जर एखादे इंद्रिय नाहीसे झाले तर आपल्याला प्रचंड मानसिक आणि शारीरिक त्रास होतो. काळ्याकुट्ट अंधारामुळे माझ्या मनावर प्रचंड ताण पडत होता.

दरवाज्याची फट उघडली आणि मार्टिन दोन मोठे ज्वालामुखीचे खडक एका तराजूवर तोलत आत शिरला; त्यामुळे आतमध्ये लगेचच उबदारपणा आला. तो

खडक लालबुंद होता; त्यामुळे रात्रीच्या दिव्यासारखाच त्याचा प्रकाश पसरला होता. प्रकाश कोठूनही येत असो पण अंधार असण्यापेक्षा बरे ना! दरवाज्याची फट पुन्हा उघडली आणि आणखी एक व त्याच्यामागोमाग पाच खडक आले. सगळे खडक आणल्यावर मार्टिनने जाहीर केले की, आता दरवाजा बंद होईल.

या झोपडीच्या प्रवेशाजवळ जाडजूड ब्लँकेट ठेवले होते. आता खडकांमधला लालसरपणा कमी झाला आणि काही मिनिटांनंतर तर पूर्णच नष्ट झाला. पहिल्यांदाच मी काळामिट्ट काळोख अनुभवला. थोडातरी प्रकाश हवा! अजिबातच उजेड नव्हता. तिथे काहीच नव्हते, फक्त अंधार होता. डोळे फाडून बघण्यात काही अर्थ नव्हता. डोळे मिटले तरी अंधार आणि उघडले तरीही अंधार! म्हणून मी डोळे मिटले.

माझ्या आजूबाजूला कोण होते याचे मला भान नव्हते. मी कोणाला घट्ट धरून बसले आहे याची मला कल्पना नव्हती. शांतता आणि काळोख या दोनच गोष्टी तिथे होत्या. कोणी बोलत नव्हते. मला वाटते, त्या परिस्थितीशी समझोता करण्याची हीच वेळ होती. तुम्ही जिथे कोठे आहात त्या स्थानाशी समझोता करण्याची हीच ती वेळ होती. एकाएकी माझ्या पायांवर कोणतातरी प्राणी सरपटतो आहे अशी भावना नष्ट झाली. माझ्यासमोर कोण आहे याच्याशी मला काहीच देणेघेणे नव्हते. हळूहळू माझ्या सर्व शरीर जाणिवा बोथट होत गेल्या. एका शून्य पोकळीत मी होते. मी तुरुंगातील कैद्यांच्या गोष्टी ऐकल्या होत्या. ही स्वेच्छेने भोगलेली कैद होती; पण ती विशिष्ट हेतूकरता होती.

'वेळ' ही संकल्पना येथे लागू नव्हती. 'काल' कधीच नव्हता, 'उद्या' कधीच येणार नाही! जे आहे ते 'आत्ता' आहे. जर मी माझे घड्याळ बनवले तर प्रत्येक तास आणि प्रत्येक मिनिट म्हणजे 'आत्ताचा' क्षण असेल. माझ्यासाठी आत्तापर्यंत भूतकाळ महत्त्वाचा होता; पण आता फक्त 'हा क्षण' मोलाचा आहे.

जर त्या क्षणाला तुम्ही मला विचारले असते की, मी कोण आहे तर मी उत्तर देऊ शकले नसते. माझी स्वत:ची ओळख मी विसरले होते. माझी पाटी पूर्णपणे कोरी होती. मला काय बनायचे आहे, मी कोण आहे याची मला कोणतीही कल्पना नव्हती. परिस्थितीनुरूप मी घडत गेले; पण आता मी खरी कोण आहे हे शोधण्याची आणि तसे बनण्याची संधी मला मिळाली होती.

जोराचा 'फुस्स' असा आवाज आला आणि मी माझ्या विचारांमधून बाहेर आले. मला वाटते, कहुनांनी त्या ज्वालामुखीच्या खडकांवर थोडे पाणी टाकल्यावर त्यातून उष्णता निर्माण होऊन वाफ आली होती आणि आवाजही आला होता. कहुनांनी एकट्याने मंत्रोच्चारास प्रारंभ केला. त्यांनी समजावून सांगितले की, या खडकांमधून सतत उष्णता बाहेर येईल आणि या उष्णतारूपी वाफेवर ते सतत पाणी टाकतील. या वाफेला त्वचेने शोषून घेतले तर खूप औषधी फायदे होतात.

अनेक असाध्य आजार, संधिवात, अपरिमित वेदना वाफेमुळे बऱ्या होतात आणि यामुळे शुद्ध होते.

ती वाफ घेतल्यावर काही वेळानंतर मला कसेतरीच वाटू लागले. बंद खोलीमुळे हवा खेळती नव्हती. गरम हवेमुळे घाम येत होता आणि घुसमटल्यासारखे वाटत होते. एक क्षणभर तिथून जाण्याचा विचार डोक्यात आला; पण लगेच तो विचार मी बदलला. 'मला येथे राहायचे आहे. मीच स्वतःला येथे आणले आहे,' मी स्वतःला ठासून सांगितले.

कहुना एकटेच मंत्रोच्चार करत होते. त्यांचा आवाज खोल आणि घुमणारा होता. असे वाटत होते की, ते समाधीत जात आहेत.

माझ्या शरीराबद्दलची संपूर्ण जाणीव आता लुप्त झाली होती. माझे शरीर अस्तित्वातच नव्हते. फक्त एक जाणीव, जी या सर्व गोष्टींची साक्षीदार होती.

कहुनांनी सांगितले, ''आता आपण चारही दिशांच्या आत्म्यांना बोलावणार आहोत. ते आपल्या ग्रहाचे रक्षणकर्ते आहेत. आपण त्यांना बोलावणार आहोत कारण तेच आपल्याला आपल्या मूळ उद्देशाकडे नेतील. मूळ उद्देश न समजल्यामुळे आपण दाता नसलेल्या चाकासारखे असतो. चारही दिशांचे आत्मे आपल्याला आपल्या मूळ उद्देशाकडे नेतील. आपण भरकटल्यामुळे आपल्याला वाटते, आपण नाशवंत आहोत; पण आपण दैवी उद्देशाचा एक बिंदू आहोत, आपण सातत्याने प्रसरण पावणारे प्रगतीशील आत्मे आहोत. जेव्हा आपला उद्देश आपण विसरतो तेव्हा दिशाहीन होऊन आपण नाशवंत होतो. दैवी उद्देश असणारा आत्मा ही एक वैश्विक शक्ती असते. ती एक चालतीबोलती दैवी ऊर्जा असते. तुम्ही दैवी ऊर्जा म्हणून जे अनुभवाल त्या अनुभूतीने तुम्हाला देवत्व प्राप्त होईल.''

नंतर कहुनांनी 'बोलणारी छडी' धरून ती फिरवली.

''बोलणारी छडी?''

मी विचार केला. ''छडी काय बोलेल बरं? काहीतरी नक्कीच महत्त्वाचे असणार!''

''ही बोलणारी छडी खाली मांजराचे पाय आणि वर माकडाच्या कवटीपासून बनवली आहे. माकडाची कवटी एकत्र शिवून आतमध्ये पोकळीत थोडी हाडे टाकलेली आहेत,'' कहुनांनी समजावून सांगितले. कहुनांनी जेव्हा ती छडी हलवली तेव्हा खडखड असा आवाज आला. जनावरांना मारण्याच्या कल्पनेने माझ्या अंगावर काटा आला; पण मृत जनावरांपासून ही छडी बनविण्यात आल्याचे कळल्यावर बरे वाटले. शमन्स नेहमी आध्यात्मिक मार्गदर्शनासाठी जनावरांच्या आत्म्यांशी संवाद साधतात.

''मी ही छडी एकाकडून दुसऱ्याकडे देईन. तिला हलवा म्हणजे ती तुमच्याशी

बोलेल. तुमच्या आयुष्याचा उद्देश ती सांगेल. जेव्हा तिचे बोलून होईल, ती छडी तुम्ही दुसऱ्याला द्या. जेव्हा येथील सर्वांना आपल्या आयुष्याचा उद्देश माहीत होईल तेव्हा प्रार्थनेचा पहिला टप्पा संपेल.'' कहुनांनी आणि आणि बाकीच्यांनी प्रार्थनेस सुरुवात केली. प्रार्थनेमुळे समाधी अवस्था येऊ लागली आणि वाटू लागले की, आत्मे खरोखरच त्यांच्या निद्रेतून जागृत होत आहेत. त्या प्रार्थनेत काही छोटे तर काही लांब ध्वनी होते.

मंत्रोच्चार संपल्यानंतर कहुनांनी छडी फिरवली. त्या प्रार्थनेच्या सुरातच ते बोलू लागले, ''या बोलणाऱ्या छडीला आमंत्रित करत आहोत.''

मला वाटले, माझ्या डोक्याला कशाचा तरी स्पर्श झाला, मी किंचाळणार तेवढ्यात कहुना म्हणाले,

''बोलणाऱ्या छडीने आपला पहिला भागीदार निवडला आहे.''

मला जाणीव झाली की, त्यांनी त्यांच्या हातात माझा हात धरला होता आणि ती बोलणारी छडी माझ्या हातात सोपवली. मला धक्काच बसला.

बोलणारी छडी? मला माहीत नव्हते तिचे काय करायचे? मला वाटले, कोणी दुसऱ्याने पहिल्यांदा त्याचे उद्दिष्ट सांगितले असते तर बरे झाले असते! मला एखाद्या प्रात्यक्षिकाची गरज होती. मी नवीन होते आणि यापूर्वी असे काहीच अनुभवले नव्हते. मला खरेच माहीत नव्हते की, बोलणाऱ्या छडीबरोबर काय बोलायचे! क्षणार्धात माझी पाचावर धारण बसली. याआधीही अशी भावना माझ्या मनात आली होती. अनुभव नसताना अंगावर पडलेल्या जबाबदारीतून ही भावना आली होती आणि मार्गदर्शन नसताना आलेली जबाबदारी! जसे काही मला ऑलिम्पिकमध्ये शंभर मीटर धावण्याच्या शर्यतीत उभे केले गेले. मी विरोध करू लागले. 'कोणती तरी चूक झाली आहे.'

पण इथे विरोधाला स्थान नव्हते. येथे उद्देशाला महत्त्व होते. मला निवडले होते यालाही कारण असणारच! काही क्षणांपूर्वीच मला उमगले होते की, माझ्या आयुष्यात अगोदर जे काही घडले होते ते मी येथे येण्याच्या उद्देशानेच घडले होते. मग माझी पहिल्यांदा निवड होणे हाही या उद्देशाचाच एक भाग होता. माझ्या प्रचितीवर मी विश्वास ठेवायला पाहिजे. माझ्या ज्ञानावर माझा विश्वास पाहिजे आणि नुकत्याच उमगलेल्या शहाणपणावर माझा विश्वास पाहिजे; तरच मी हलवल्यानंतर ती छडी माझ्याशी बोलू लागेल.

माझ्या मनातील बडबड थांबवून मी ती छडी फिरवली. नंतर मी वाट पाहू लागले. ती छडी शांत होती. 'कदाचित मी बरोबर फिरविली नसेल.' माझ्या मनात विचार आला. मी आणखी थोडा वेळ वाट पाहिली. ती छडी शांतच होती. मी परत तिला हलवले. काहीच घडले नाही. फक्त शांतता. 'माझ्या आयुष्याचा उद्देशच

नसेल काही.' मी विचार केला. 'माझ्या आईने रागाने सांगितले होते, मी म्हणजे एक घोडचूक आहे. उद्देश ठरविण्याची माझी लायकीही नसेल!' आत्मवंचनेच्या खड्ड्यात मी खोल बुडत होते. माझे कोणतेही मूल्य नाही बहुतेक! मी परत एकदा छडी फिरविली; पण ती बोललीच नाही. 'बहुतेक माझ्या उद्दिष्टापर्यंत पोहोचण्याची माझी तयारी नसेल. मी तरुण आहे अजून. कदाचित बायकांनी आपल्या उद्दिष्टाबाबत सजग राहण्याची गरज नसावी. मला लहानपणी आजार झाला होता तेही एक कारण असावे किंवा माझ्या अगोदरच्या जन्मांची पापे असतील किंवा मी एक चांगली मुलगी नसेन.' मीच माझ्या आत्मसन्मानाच्या चिंधड्या करत होते. शेवटी सगळीच कारणे संपली. छडीने मात्र तोंड उघडले नाही. तिला माझ्याशी बोलायचेच नव्हते मुळी!

नंतर कहुनांनी गुणगुणायला सुरुवात केली. मंत्रोच्चाराच्या वेळचा समाधीस्थ अवस्थेतील तो ध्वनी होता. अजून काहीजणांनी कहुनांसोबत गुणगुणायला सुरुवात केली आणि ती छडी मी परत हलवली.

आणि अचानक मी माझ्या शरीराच्या बाहेरून हातातील छडीच्या माध्यमातून बोलले.

"मला लोकांना दुरुस्त करायचे होते. माझ्या आध्यात्मिक उत्क्रांतीने त्यांच्या आयुष्यांना अर्थ द्यायचा होता. मला जगापर्यंत पोहोचायचे होते. ज्यांनी स्वतःवरचा विश्वास गमावलाय, त्यांच्यापर्यंत मला माझ्यातील दिव्य प्रकाश पोहोचवायचा होता. सुख, समृद्धी आणि आनंदाची दूत म्हणून मला त्यांच्यापर्यंत पोहोचायचे होते. चांगुलपणा आणि प्रतिष्ठेचे पालकत्व मला स्वीकारायचे होते. माझ्या कृतींमधून, शब्दांमधून आणि हेतूंमधून प्रेम आणि शांती पेरण्याचे माझे उद्दिष्ट होते. पारदर्शी संवाद असावा, असा माझा हेतू होता. माझे आयुष्य नेहमी उच्चतम ध्येयांशी निगडित राहून जे सगळ्यात उदात्त आहे, त्याच्याशी सेवार्पण असावे हेच माझे ध्येयशिखर होते. मी जगाचा दर्जा किती पटीने उंचावला, यावरून मी माझे मूल्य ठरवेन. मी प्रेममय होऊन जगेन आणि सबंध जगाला माझी हीच ओळख असेल. मला माझ्या जगण्याचे ध्येय सापडले. मला माझ्या जगण्याचे ध्येय सापडले."

त्या छडीला हलवून मी माझ्या जवळच्या माणसाकडे दिली. कहुना आणि इतर लोकांनी परत गुणगुणण्यास प्रारंभ केला. ते गुणगुणणे जलद गतीचे होते. जसे एखादा माणूस स्वतःला हरवल्यानंतर खूप वेळाने सापडतो त्यावेळी केवढा आनंद होतो! तसा तो सूर होता.

मला नाही माहीत सेन काय म्हणाला! मला नाही माहीत दुसरे लोक काय म्हणाले! माझा आवाज, माझा उद्देश आणि दृश्य स्वरूपातले माझे ध्येय जसेच्या तसे माझ्या डोळ्यांसमोर तरळत होते. आश्चर्य म्हणजे प्रत्येकाच्या आवाजात

तेवढीच तीव्रता होती. सगळ्यांच्या भाषा मात्र भिन्न होत्या. आमच्या सर्वांचे हेतू आणि ध्येय सारखेच होते.

मांजरे बोलत नाहीत. माकडेही मार्गदर्शन करत नाहीत; पण जेव्हा काळ स्तब्ध होऊन तुमच्याकडे पाहतो आणि जेव्हा तुमचे ध्येय निवडण्याखेरीज दुसरा कोणताच पर्याय नसतो, तेव्हा तुम्हाला निश्चित तुमचे ध्येय सापडते. कोणालाही सापडते. संपूर्ण आयुष्यभर मी वास्तविकतेशी सामना केला नव्हता. आयुष्यभर मी माझ्या आयुष्याच्या ध्येयापासून दूर पळत राहिले. आत डोकावून बघायच्या अनेक संधी होत्या; पण मागच्या दाराने मी दूर पळतच सुटले.

आज माझ्या हातात बोलणारी छडी होती. माझे ध्येय शोधण्याशिवाय मला गत्यंतरच नव्हते! विश्वास ठेवा, दुसरी कोणतीच पळवाट मला दिसत नव्हती. ज्वालामुखीचे खडक आतून धुमसत होते; त्यांची वाफ शरीरात शिरत होती. आठ लोक वाट पाहत उभे होते! मला माझ्या उद्देशापर्यंत पोहोचण्याशिवाय दुसरे गत्यंतरच नव्हते.

असे म्हणतात की, 'बोलणारी छडी' बोलते. खरे तर ही छडी म्हणजे जबाबदारीची छडी आहे, जेव्हा ती तुमच्या हातात येते तेव्हा तुमच्या आयुष्याची आणि नियतीची जबाबदारी तुम्हाला घ्यावीच लागते. यापूर्वी अशी छडी आई-वडील, शिक्षक आणि अशा हजारोंच्या माध्यमातून बोलली होती. जेव्हा माझ्या नियतीबद्दल त्यांचे बोलणे मी ऐकायची, तेव्हा मात्र माझे मलाच कळेनासे व्हायचे; पण आज माझे बोलणे होते. माझे उद्दिष्ट होते. तो माझाच आत्मा होता. त्यात भूतकाळ नव्हता. 'आता'ला आधीचे आणि नंतरचे कोणतेच संदर्भ चिकटले नव्हते.

छडी फिरवण्याचे, मंत्रोच्चाराचे, ज्वालामुखी खडकांवर पाणी टाकल्यावर फिसकन येणाऱ्या वाफेचे आणि इतरही आवाज मला ऐकू येत होते. लोकांच्या आत्मशोधात मला आनंद वाटत होता. अंधारात कितीतरी गोष्टी उमगल्या होत्या. माझे संपूर्ण आयुष्य मला कळले होते. आयुष्य जे परीकथेत असू शकते, ज्या आयुष्याबद्दल लिहावेसे वाटते, आयुष्य जे दिव्यत्वाला निमंत्रित करते! मला प्रचिती आली की, प्रत्येक दिवस हा ईश्वराचा आशीर्वाद आहे. माझी आध्यात्मिक आणि मानसिक प्रगती झालेली मला कळली. मला शांतीची प्रचिती आली. सेवेचा साक्षात्कार झाला. मला समृद्धी दिसली. आनंद दिसला. मी एक आदर्श जीवन पाहिले. मला त्याची ओळख झाली. मला कळले की, असे आदर्श जीवन निर्माण करण्याचे सामर्थ्य माझ्यामध्ये आले आहे आणि मला कळले की, मी कोण आहे.

काय माहीत किती वेळ निघून गेला. मला उमजले होते की, चारही दिशांचे आत्मे जागृत झाले होते. ते माझ्या उद्दिष्टाचे साक्षीदार होते आणि मी जिथे कुठे जाईन तिथे माझे मार्गदर्शन आणि संरक्षण करण्यासाठी ते येणार. मंत्रोच्चाराचा

आवाज थांबला. उष्णता वाढली.

कहुना म्हणाले, ''पहिली प्रार्थना संपली आहे. आता आपण ज्वालामुखीचे खडक बदलणार आहोत आणि परत सुरुवात करणार आहोत. बाहेर जाण्याची ही एक संधी आहे. कोणाला बाहेर जायचे आहे?''

कोणीच उत्तर दिले नाही. मला बाहेर जायचे होते. एकाएकी मला जाणवले की, केवढी उष्णता होती इथे! केवढे घुसमटल्यासारखे वाटत होते! अचानक मला वाटू लागले की, बाहेर पळावे आणि पुन्हा इतर लोकांमध्ये मिसळावे. मी अक्षरश: आगीवरच उभी होते. शुद्ध हवा घेण्यासाठी मी आसुसले होते. मोकळ्या हवेत नाचण्याची इच्छा होत होती. मी कोणी दुसरे लोक बाहेर जाण्यास इच्छुक आहेत का याची वाट पाहू लागले; पण कोणाचीच बाहेर जाण्याची इच्छा नव्हती. मला कसनुसेच वाटू लागले. जेव्हा इच्छाचिन्हे आणण्यास सांगितली होती तेव्हा सेन कॉटेजकडे पळाला होता. सेनमुळे मीही तिथे गेले होते. मला नाही माहीत, सेन गेला नसता तर मी गेले असते का? दुसऱ्यांनी सुरुवात केल्यावरच मीही ती गोष्ट करते, असा माझा स्वभाव आहे. दुसऱ्यांसमोर माझा मूर्खपणा उघड करण्याची माझी इच्छा नसते आणि माझा मूर्खपणा उघड झालाच तर माझ्या बरोबर कोणीतरी सोबतीला पाहिजे! माझ्या या स्वभावाची मला आत्यंतिक जाणीव झाली आणि त्याच्यापासून मुक्त होण्याचे मी ठरविले. मी धाडस करण्याचे ठरवले. एकटे बाहेर पडू या! मी एकटी मूर्ख ठरेन, यापेक्षा जास्त काय होईल? जरी माझ्या बरोबर कोणीही आले नाही तरी एकटी बाहेर पडण्याची जोखीम मी घेईन.

मार्टिनने त्या खोलीचे तोंड उघडले आणि अतिशय आनंदी सूर्यकिरणे आत शिरली. तेव्हा मला जाणवले की, माझे डोळे अजूनही बंद आहेत. जेव्हा डोळे उघडले तेव्हा जळणारे, धग असलेले खडक मला दिसले आणि परत खोलीचे तोंड बंद झाले. 'अरेच्या! नाहीऽऽ!' मी विचार केला. काही सेकंदांनी परत खोलीचे तोंड उघडले गेले आणि मार्टिनने तीन मध्यम आकाराचे खडक आणून ठेवले. कहुना मार्टिनला ते खडक खड्ड्यात ठेवायला मदत करत असताना मी म्हणाले,

''मला काही वेळासाठी बाहेर जायला आवडेल.'' मीच एकटीने अज्ञातात उडी मारण्याचे धाडस केले.

कहुनांनी माझ्या दिशेने बघितले.

''खूप छान!''

मार्टिनने खोलीचे तोंड उघडले आणि मी सरपटत बाहेर पडले. थंडीने माझ्या पायांचा अक्षरश: बर्फ झाला होता.

बाहेरचा सूर्यप्रकाश माझ्या डोळ्यांमध्ये अक्षरश: घुसला. सूर्यप्रकाशाच्या किरणांमुळे मी थोड्या वेळाकरता आंधळी झाले. जेव्हा काळ्यामिट्ट अंधारातून

आपण अचानक प्रकाशात जातो तेव्हा अशी अवस्था होते. जेव्हा आपल्या आयुष्यातही आपण असेच अचानक बदलाला सामोरे जातो तेव्हा मानसिक गोंधळाची अवस्था होते; पण आपण निर्धाराने पुढचे पाऊल उचलतो तेव्हा ती गोंधळाची अवस्था किंवा आलेले तात्पुरते अंधत्व नष्ट होते आणि एक सुंदर जग तुम्हाला दिसू लागते; पण बहुतेक सर्वजण या तात्पुरत्या मानसिक गोंधळाला टाळण्यासाठी परत अंधारात जाणे पसंत करतात. प्रकाशाला आपल्या आत शिरण्याची मुळी संधीच मिळत नाही!

माझ्या डोळ्यांवर हात ठेवून मी स्तब्ध उभी राहिले. काही वेळाने हळूच डोळे उघडले. पहिल्यांदा मिचमिचले; पण नंतर लगेच प्रकाशाचे स्वागत केले. समोर बघितले, तर दृश्य खरोखरच सुरेख होते. एवढे निळेभोर आभाळ मी पूर्वी कधी पाहिले नव्हते. सूर्य सौम्य आणि मित्रासारखा वाटत होता. पक्षी चिवचिवाट करत होते, गरुडपक्षी खालून झेपावत होते, तळ्यामध्ये बेडूक डुबूक डुबूक करत होते. मोठ्या माश्या गुणगुणत दिवस साजरा करत होत्या. खरोखरच अद्‌भुत दृश्य होते ते! मी एवढी आनंदी होते! मी घामाने चिंब झाली होते आणि परत आतमध्ये जाण्याआधी मला थंडगार झुळकेची फारच आवश्यकता होती.

''तुला या तळ्यामध्ये डुबकी घ्यायची आहे?'' मार्टिन म्हणाला,

त्याने काही ज्वालामुखी खडक उचलले. मला वाटले, त्याचे चित्त थाऱ्यावर नाही म्हणून मी दुर्लक्ष केले. ती खेळती हवा मी माझ्या आत साठवून ठेवत होते. नंतर परत मला त्या खोलीत जायचे होते.

काही सेकंद गेल्यानंतर मी मार्टिनचा आवाज ऐकला, ''अच्छा, आता ही खोली आम्ही बंद करतोय,'' खोलीच्या तोंडावर रजई टाकत तो म्हणाला.

''थांबा,'' मी ओरडले आणि खोलीच्या तोंडाजवळ गेले. मी आत शिरणार तेवढ्यात मार्टिनने माझा हात पकडला. ''एकदा बाहेर पडल्यावर आतमध्ये जाऊ शकत नाहीस!''

मला धक्काच बसला! ''काय? तुम्ही असे कसे करू शकता? मी बाहेर पडताना कहुनांची परवानगी घेतली होती. खरे तर, कहुनांनीच विचारले होते की, कोणाला बाहेर जायचे आहे का!'' मी युक्तिवाद केला.

वस्तुस्थिती अशी होती की, मार्टिनवर मी गुप्तपणे प्रेम करत होते म्हणून त्या तळ्यामध्ये डुबकीही मारली होती. जर मला वाटले तर मी भांडूही शकते. दुसरी प्रार्थना सुरू होण्याच्या आत मला त्याच्याबरोबर खोलीत शिरायचे होते.

''एकदा बाहेर पडल्यावर तू आत येऊ शकत नाहीस,'' मार्टिन परत शांतपणे म्हणाला. माझ्या भावनिक उद्रेकाकडे त्याने पूर्ण दुर्लक्ष केले.

''पण त्यांनी मला असे सांगितले नाही,'' आतमध्ये अंधारात असलेल्या

कहुनांकडे बोट दाखवून मी म्हणाले.

"तू आधीच सर्व गोष्टी स्पष्टपणे समजावून घ्यायला हव्या होत्या."

मार्टिनने शांतपणे प्रत्त्युत्तर दिले आणि खोलीचे तोंड पूर्णपणे बंद केले.

हरवलेल्या मुलीसारखी माझी अवस्था झाली होती. घरी जाण्यासाठी शेवटची गाडी चुकल्यासारखी अवस्था! अतिशय थंड, कडवट आणि अन्यायकारक वाटत होते. माझी फसवणूक झाली होती. डोके गरागरा फिरत होते. जेव्हा मी फसले होते त्या माझ्या भूतकाळातल्या सर्व स्मृती जागृत झाल्या; (जेव्हा मी फसले होते.) त्यामुळे आणखी जड वाटू लागले. माझ्या भूतकाळाबद्दलच्या तिरस्कारात वर्तमानकाळाच्या तीव्र चिंतेची भर पडली. असे झाल्यावर गोष्टी हाताबाहेर जायला वेळ लागत नाही. मला नुकत्याच बसलेल्या धक्क्यामुळे ही प्रतिक्रिया उमटली नव्हती तर आतापर्यंत अनुभवलेल्या अनेक दु:खांमुळे मी ही अशी प्रतिक्रिया दिली होती.

आयुष्याचे उद्दिष्ट सापडल्यानंतर लगेचच मी हरवले होते. रागारागाने मी कॉटेजकडे निघाले. डोळ्यांत अश्रू तरळत होते.

मार्टिन माझ्यामागे पळत आला आणि त्याने माझा हात घट्ट धरला. माझ्या भावनिक उद्रेकाकडे त्याने अजिबात लक्ष दिले नाही.

"तू जाऊ शकत नाहीस. तुला येथेच खोलीबाहेर विधी पूर्ण होईपर्यंत थांबावे लागेल. तू अजूनही प्रार्थनेत सामील आहेस; फक्त तू खोलीच्या बाहेर आहेस एवढेच!"

खोलीत न राहणे किंवा खोलीच्या बाहेर दोन डिग्री गारठ्यात अंगावर काही नसताना बसणे; यातील जास्त वाईट काय होते कोण जाणे!

मी एक शब्दही बोलले नाही. मार्टिनने खोलीच्या समोरच झाडाचा बुंधा मला बसायला दिला. आतमधील ज्वालामुखीच्या खडकांची आणि रजईची ऊब माझ्यापर्यंत पोहोचत होती; पण गारठा एवढा होता की, माझे दात वाजत होते, मी प्रचंड कुडकुडत होते आणि माझ्या गालावरून दु:खाश्रू ओघळत होते.

मार्टिन खड्ड्यामध्ये ज्वालामुखीचे खडक ठेवत होता. माझ्या दु:खाचा त्याच्यावर कोणताच परिणाम झाला नव्हता. तो त्याचे काम शांतपणे करत होता. 'माझ्या कामात तुझे दु:ख कसे वागवू?' असेच जणू तो विचारत होता.

खोलीमधून मंत्रोच्चाराचा आवाज ऐकू येऊ लागला आणि मला रडू कोसळले. जाणवले की, मार्टिनने माझ्या खांद्यावर हात ठेवला आहे. आतल्या अग्नीमुळे तो हात गरम होता. आणखी एक झाडाचा बुंधा जवळ आणून तो माझ्यासमोर बसला. माझे हात हातात घेऊन मी त्याच्याकडे पाहण्याची वाट पाहत बसला. निळ्याशार डोळ्यांचा! तरुण, तडफदार, साधुस्वरूप अगदी माझ्यायोग्य माणूस!

''जर तुझा हात दुखावला, त्यावर मी औषध लावले आणि हात बरा झाला; पण हात बरा झाल्यावरही जर मी औषध लावत गेलो तर काय होईल?'' त्याने विचारले.

''परिस्थिती आणखी वाईट होईल,'' मी म्हणाले.

''अगदी बरोबर! तुला जे गरजेचे होते ते मिळाले आहे. तुझ्या उपचाराकरता तेवढेच योग्य होते. आत्म्याला माहीत असते की, त्याला केवढी गरज आहे. गरज संपल्यावर तू बाहेर पडलीस, काही लोक लवकर बरे होतात, काहींना जास्त वेळ औषध घ्यावे लागते. तुला जे गरजेचे होते ते मिळाले. या प्रक्रियेवर विश्वास ठेव.''

''पण मला आतमध्ये राहायचे होते. मला शिकायचे होते,'' तरीही मी विरोधी सूर लावलाच!

''इथे 'आत' आणि 'बाहेर' असे काहीही नाही, फक्त 'येथे' आहे. तुझा उत्तम धडा तू 'येथे' गिरवलास आणि तू सध्या 'येथे' आहेस.''

त्याने माझे हात अजूनही घट्ट धरले होते. मी त्याच्या बोलण्याचा विचार करत होते. थंडीने मी कुडकुडत होते. आत्ता खोलीत छान ऊब असेल! त्या वेळी अचानक एक लट्ठ हिरवा बेडूक उडी मारत थेट त्या तळ्यात शिरला. लांब उडी मारत अतिशय सफाईने तो दूरवर पोहत गेला, त्याच्या लांब उडीमुळे मागे पाण्याचे तुषार उसळून वर आले. तो बेडूक एवढ्या कडाक्याच्या थंडीत उड्या मारत होता. पावसापाण्यात तुमच्या परिसरात आढळणारे ते बेडूक! कडाक्याच्या थंडीत तर ते कुठेतरी आत दडून बसतात. इथे तर कडाक्याच्या थंडीत भारद्वाज पक्षी झाडावर डौलात बसला होता. राणी माश्यांनी गवताभोवती फेर धरला होता, फुले आनंदाने डोलत होती. थंडीच्या कडाक्यात मी सोडून सगळेच आनंदात होते.

जेव्हा मी आतमध्ये उबदार खोलीत होते तेव्हा मला थंडीच्या कडाक्यात बाहेर पडायचे होते आणि आता जेव्हा मी बाहेर आले तेव्हा मला परत त्या ऊबेत जायचे आहे. हा तळ्यात-मळ्यातला प्रवास कधीच संपत नाही. सर्वांत वाईट म्हणजे जरी मी वेळ देते, काही अंतर पुढे जाते तरी मी कुठेच पोहोचत नाही. जेव्हा माझे एकावर प्रेम होते तेव्हा मला एकटे राहायचे होते. जेव्हा मी एकटी होते तेव्हा मला नातेसंबंध हवे होते. जेव्हा मी प्रचंड कामात असायचे तेव्हा मला स्वत:साठी वेळ पाहिजे होता. जेव्हा मला वेळ होता तेव्हा काम पाहिजे होते. या निरर्थक प्रवासापलीकडे काहीतरी असते. तळ्यात-मळ्यातच्या पलीकडे काहीतरी असते आणि ते पलीकडचे काहीतरी म्हणजे तुम्ही जिथे आहात त्याचा स्वीकार करणे. मी थंडीत उभी होते, असू द्या! मला थंडी अनुभवता आली; पण त्यामुळे भावनिक पेचप्रसंग निर्माण करण्याची अजिबात गरज नाही. त्या बेडकाला हा शहाणपणा गवसला होता; परंतु मी मात्र माझ्या आयुष्याचा नरक केला होता.

ज्या क्षणी मी गारठा अनुभवण्याचा निर्णय घेतला त्या क्षणी आधीच्या नकारात्मक भावना नष्ट झाल्या. गारठा हा काही परका अनुभव नव्हता. त्याच्यापासून पळण्यासारखे काय होते? गारठा म्हणजेच मी बनले.

"तुला या तळ्यामध्ये बुडी मारायची आहे?" मार्टिनने परत विचारले, "डुबकी मारल्यानंतर विधींना पूर्णविराम मिळतो. जर तुला पाहिजे असेल तर!"

मी त्याच्याकडे पाहून हसले.

"हे तळे किती खोल आहे?" मी तळ्याच्या दिशेने जात विचारले.

"तू आरामात चालू शकशील तिथे," त्याने ओरडून सांगितले.

जिथून बेडकाने उडी मारली तिथूनच मीही उडी मारली आणि पाण्यात पडल्यावर लहान मुलीसारखी ओरडले.

पाणी बर्फासारखे थंड आणि शेवाळलेले होते. मी उडी मारल्यावर तळ्याचा पृष्ठभाग थोडासा हलला. मी थोडा वेळ पाण्यात डुबकी मारली आणि संपूर्ण भिजलेल्या अवस्थेत बाहेर आले. माझ्या सर्वांगावर लाल आणि पांढरे डाग पडले होते. बहुतेक माझे रक्तही द्विधा मनःस्थितीत होते. त्याला कळत नव्हते की, थिजायचे की वाहायचे! पण मला मात्र पुनरुज्जीवित झाल्यासारखे वाटले, जे मी याआधी कधीही अनुभवले नव्हते. आतील उकाड्यातून बाहेर येऊन मी एवढा गारठा अनुभवत होते. माझा झोपी गेलेला आत्मा जणू पुन्हा जागृत झाला होता.

मी पुन्हा आधीच्या जागी पोहोचले. मी म्हणजे जणू थंडीच होते. मला थंडी वाजत नव्हती. माझ्या ओल्या केसांमध्ये थंड वाऱ्याची लहर फिरत होती; पण ती बोचणारी दुःखद लहर नव्हती. मला वाटते की, स्वीकार आणि सहनशक्ती या दोन गोष्टी अशा आहेत की, ज्यामुळे तुमचे शारीरिक दुःखही हलके होते. आयुष्यात प्रत्येक प्रसंगात मी दुःखापासून जेवढे दूर पळायचा प्रयत्न केला, तेवढे ते माझ्या जास्त जवळ आले. वाईटाचा सामना करण्याचा मी कधी प्रयत्नच केला नाही. त्या बेडकाच्या छोट्याशा उडीमुळे माझ्यात केवढे मोठे बदल झाले!

माझ्या आयुष्याकडे मागे वळून बघितले असता मला वाटले की, हेच आयुष्य जर पुन्हा एकदा वाट्याला आले तर मी रुबाबात आणि प्रतिष्ठितपणे जगले असते आणि मला वाटते, जर तुम्ही आयुष्य रुबाबात आणि प्रतिष्ठितपणे जगता तेव्हा आपोआप दुःख तुमच्यापासून दूर पळते. जेव्हा तुम्ही दुःखाला सामोरे जाण्यास तयार असता तेव्हा दुःख तुमच्या वाट्याला येत नाही. जेव्हा त्याच्यापासून दूर पळता तेव्हा खरोखरच दुःख होते. जेव्हा आपण एखाद्या अनुभवाकडे 'दुःखद' म्हणून बघतो तेव्हा तो खरोखरच 'दुःखद' बनतो. बेडकांसाठी तळ्यात काठोकाठ भरलेले पाणी हे आनंदाचे निधान असते. गरम पाणी किंवा थंड पाणी ही परिस्थिती झाली. हीच गोष्ट आपल्या आयुष्यालाही लागू होते. मैदान नेहमीच खेळण्यासाठी

मोकळे असते; पण खेळायचे किंवा नाही हे आपल्यावर अवलंबून असते. त्या दिवसापासून मी खेळायचे ठरवले; मग परिस्थिती कशीही असो, मी खेळणार आहे आणि मी खूश असेन.

मार्टिन पूर्ण वेळ माझ्या बाजूलाच बसला होता. मध्यंतरात ज्वालामुखीचे खडक आतमध्ये देत होता आणि अधूनमधून आतल्या मंत्रोच्चारातही सुरात सूर मिसळत होता.

''त्यांच्या प्रार्थना हृदयात धरून ठेव. त्या प्रार्थनांना शुभाशीर्वाद दे,'' मार्टिन मला मधेच सांगायचा. मला बाहेर बसून माझ्यासह आतील लोकांच्या प्रार्थना हृदयात सुरक्षित ठेवताना फार शक्तिशाली वाटत होते.

''लोकांना सामर्थ्य देतेवेळी तुम्हाला परवानगी घ्यावी लागत नाही. आशीर्वाद देण्यासाठी परवानगी घ्यावी लागत नाही. तुमचा आत्मा त्याला झालेला आनंद तेव्हा दुसऱ्यांना वाटत असतो. त्याचे प्रेम देत असतो. लोकांचे भले व्हावे असे वाटणे हे दिव्यत्वाच्या पंथावर चालणाऱ्या पथिकाचे लक्षण आहे. तुझ्या आत्म्याची सतत आठवण ठेव. आशीर्वाद देण्याची, आनंद वाटण्याची एकही संधी सोडू नकोस,'' मार्टिनने सांगितले.

शेवटची प्रार्थना संपली आणि शेवटचे छडी फिरविणेही झाले. मार्टिनने खोलीचे तोंड उघडले. कहुना पहिल्यांदा बाहेर पडले. त्यांचे शरीर लालबुंद झाले होते. त्यांच्या सोबतची वैद्य माणसे बाहेर सरपटत आली. ते किरमिजी रंगाचे झाले होते आणि त्यांना घामाच्या धारा लागल्या होत्या. त्यानंतर एमा, रिक आणि सेन बाहेर पडले. एकदा बाहेर पडल्यानंतर सर्वांनी तळ्यात डुबकी मारली. ते अत्यानंदाने ओरडत होते.

मी मार्टिनकडे पाहिले. ''विधी पूर्ण झाला आहे,'' तो हसून म्हणाला.

तळ्यात सगळे लोक पाण्यात खेळत होते. मी ते ज्वालामुखीचे खडक अग्निकुंडात टाकायला मार्टिनला मदत करत होते. त्याने राख जमा केली आणि थोडी मला दिली.

''ही स्वत:जवळ ठेव. यामुळे तुला स्मरण होऊ दे की, तुझ्या कल्पनेपेक्षाही तू मोठी आहेस. तू तुझ्याकडे स्वत:ला निर्धास्तपणे सोपवले आहेस. जर तुझी इच्छाशक्ती प्रबळ आहे तर तू काहीही करू शकतेस. तुझ्या इच्छांच्या रूपाने जागतिक प्रार्थनेचे उत्तर तू देते आहेस.''

मी राख जुन्या कागदात गुंडाळली. मार्टिनने तो कागद अग्निकुंड पेटवण्यासाठी घेतला होता.

माझा पोशाख आणि कोट मी घेतल्यावरही तो घालण्याची माझी इच्छा होईना. दोन डिग्री सेल्सिअस तापमानात निव्वळ माझ्या पोहण्याच्या पोशाखात तृप्त मनाने

मी चालू लागले.

मी कॉटेजमध्ये शिरल्यावर मेरी म्हणाली, ''आज भांडी घासण्याची जबाबदारी तुझ्यावर आहे. तू तुझे अंथरूण घडी करून ठेवले नाहीस!''

मी हसले, ''आण ती भांडी इकडे. मी उद्याही भांडी घासायला तयार आहे.''

मला माहीत होते की, रात्रीच्या चमचमणाऱ्या तारका बघून जेवढा आनंद मला झाला असता तेवढाच आनंद मला भांडी घासूनही होईल. 'इथे' महत्त्वाचा आहे; 'कुठेतरी' नाही आणि मी इथे आहे.

दरवाज्याच्या तुटलेल्या कडीची पर्वा न करता मी अंघोळीला गेले. ही गोष्ट विचित्रच की, जेव्हा मी तुटलेल्या कडीची काळजी करणे सोडून दिले तेव्हा कोणीही आत आले नाही. आपण स्वत: वास्तविकता तयार करतो. 'ज्या गोष्टीला तुम्ही विरोध करता ती गोष्ट जिवंत राहते,' या उक्तीवर माझा पूर्ण विश्वास बसला. तुटलेल्या कडीला विरोध न केल्यामुळे त्या संबंधित घटना माझ्या आयुष्यातून विनासायास निघून गेल्या. गरम पाण्याने मी मस्त 'भीतिविरहित अंघोळ' केली. जेव्हा सर्वजण आजच्या विधींची चर्चा करत होते, आपापले अनुभव सांगत होते, मी माझ्या पांघरुणात शिरून अनंताला कवेत घेतले होते. माझा उद्देश स्पष्ट होता. माझे आयुष्य माझी वाट पाहात होते.

मी झोपी गेले पण मला माहीत होते की, रात्रीच्या जेवणासाठी आणि भांडी घासण्यासाठी हे लोक मला नक्की उठवतील.

∎

माझ्या अनुभवांची शिदोरी : तुमच्यासाठी

→ जर हरवल्यासारखे किंवा गोंधळल्यासारखे वाटत असेल तर वाईट वाटून घेऊ नका. तुम्हाला काय पाहिजे हे तुम्हाला माहीत नसेल तरी चालेल. जेव्हा तुमच्या आयुष्यात योग्य व्यक्ती, योग्य जागा, योग्य नोकरी चालून येईल तेव्हा तुम्हाला लगेच कळेल.

→ एकच गोष्ट असते जी योग्य असते आणि ती गोष्ट म्हणजे तुम्हाला जी गोष्ट योग्य वाटते ती! दुसऱ्या व्यक्तींचे मत बदलण्याची अजिबात गरज नसते. त्यांना स्वत:च्या पद्धतीने स्वत:ची वाढ करण्याचे आणि आत्मशोध घेण्याचे तुमच्याएवढेच स्वातंत्र्य असते.

→ वाईट घटना ही आगामी चांगल्या घटनेची नांदी असते. ते एक प्रकारचे चक्रच असते. प्रत्येक सूर्यास्त सूर्योदयाची निश्चिती करूनच होतो. जर काही वाईट झाले तर भविष्यात निश्चित चांगले होते.

→ तुम्ही जरी स्वत: आनंदापासून वंचित असाल तरी दुसऱ्याच्या आनंदात आनंद माना.

→ आत्म्याची उत्सुकता म्हणजे इच्छा; जी विचारांना अनुभवांमध्ये रूपांतरित करते. माणसाच्या आयुष्यात उमलणाऱ्या इच्छेमुळे जीवन कृतिशील बनते.

→ दु:खावरचा सर्वांत जलद उपाय म्हणजे इच्छा. जेव्हा तुम्ही दु:खाच्या गर्तेत असता तेव्हा स्वप्न बघण्याचे धाडस दाखवा मग राखेतून उंच भरारी घेणाऱ्या फिनिक्स पक्ष्याप्रमाणे तुमचे आयुष्य घडेल.

→ दुसऱ्यांना जोखण्यापेक्षा अधिक वाईट गोष्ट असेल ती म्हणजे दुसरे काय आपल्याबद्दल म्हणतील याचे अनुमान बांधणे. दोन्ही गोष्टी बरोबर नाहीत.

→ आपल्या इच्छांना मर्यादा नसतात. त्या अमर्याद असतात.

→ तुमच्या आत्मसन्मानाची तुम्ही जर दुसऱ्या कोणाकडे काय आहे

त्याच्याशी तुलना कराल तर नक्कीच तुम्हाला तुम्ही स्वत: खूप छोटे वाटाल. निसर्गामध्ये एकमेकांविषयी अनुकंपा आहे; तुलना नाही.

→ आपण हरवले आहोत असा समज करून आपण आपली फसवणूक करतो. जर तुम्ही स्वत:समोर दुसरा कोणताही पर्याय ठेवला नाहीत तर तुम्हाला तुमचे ध्येय सापडतेच!

→ तुमची नियती म्हणजे तुमचा मार्ग. तुमच्या मार्गावर पाऊल ठेवायला तुम्हाला इतरांची वाट पाहावी लागत नाही. तुमची नियती घडवण्यासाठी तुम्हालाच पुढाकार घ्यावा लागतो. तुमचे पाऊल तुम्हालाच उचलावे लागते.

→ वर्तमानकालीन स्थितीची वर्तमानकालीन परिभाषेतच उकल करणे योग्य राहील; पण तुमच्या वर्तमानकालीन परिस्थितीत जर तुम्ही भूतकाळाच्या समस्या, दु:खे घोळवलीत तर तुम्ही बावळट ठराल.

→ दुसऱ्यांशी तुलना करणे म्हणजे व्यर्थ वेळ वाया घालवणे. परिस्थितीबद्दल तक्रार करणे म्हणजेसुद्धा व्यर्थ वेळ वाया घालवणे. तुम्ही 'आत्ता' जिथे आहात तीच जागा तुमच्यासाठी आहे आणि सर्वोत्तम शिकण्याची 'आत्ता' हीच योग्य वेळ आहे.

→ माननीयता आणि विवेकबुद्धी हे तुमच्या सर्व दु:खांचे उत्तर आहे. जेव्हा जगाचे सर्व अनुभव तुम्ही माननीयपणे, विवेकबुद्धीने डौलदारपणे स्वीकाराल, तेव्हा दु:ख तुमच्या वाट्याला येणार नाही.

मिठाची अंघोळ

घड्याळाचा गजर ऐकला पण मनात इच्छा आली की, ही उठण्याची आणि पटापट कामाला लागण्याची वेळ नसावी. खरं तर मला वाटले, मी आत्ताच तर झोपले आहे. डोळे अर्धवट उघडून मी गजर बंद केला. दरवाजा उघडबंद होत होता, अधूनमधून एमा आणि सेनच्या बोलण्याचेही आवाज ऐकू येत होते; पण या गोंधळात मी आरामात झोपू शकले.

हट्टी मुलासारखा गजर परत वाजला; पण अजूनही मी उठायला तयार नव्हते. मी 'डिसमिस'चे बटण दाबले आणि रागाने उठले. जणूकाही उठून मी जगावर उपकारच करत होते. उठल्यावर मी रिकवर अक्षरश: धडकलेच. त्याने कमरेभोवती टॉवेल गुंडाळला होता आणि त्याच्या शरीरातून पाणी ठिबकत होते. ''बाईसाहेब सांभाळून! नाहीतर भल्या पहाटे भलतेच दृश्य दिसायचे!''

मी त्याचे बोलणे हसण्यावारी नेले. त्याला कसेबसे 'सुप्रभात' म्हणत अंघोळीला पळाले. रिकच्या अंघोळीच्या गरम पाण्यामुळे निर्माण झालेली वाफ न्हाणीघरात अजूनही तशीच होती. कपडे काढून मी शॉवरखाली शिरले. तोंडावर पाण्याचे सपकारे आल्यावर मला नेहमीच छान वाटते; त्यामुळे लगेच जाग येते.

''सकाळी अंघोळीचा विधी असतो.''

मी रिकचा आवाज ऐकून लपण्यासाठी गोल फिरले. रिकने तो काचेचा दरवाजा उघडला. केवळ चार फूट अंतरावर तो उभा होता. मला काहीच सुचेना. शॉवरखाली मी विवस्त्र अवस्थेत उभी होते आणि हा महाकाय, धिप्पाड, अर्धनग्न पुरुष मला सकाळच्या अंघोळीचे विधी शिकवू इच्छित होता! तो जास्त जवळ आला. माझा ओला चेहरा हाताने धरत तो आणखी जवळ आला.

'नाही ऽऽऽऽऽऽऽ!' मी ओरडले. घड्याळाच्या कर्कश अलार्मने माझ्या स्वप्नाला छेद दिला. ते एक स्वप्न होते! मी बिछान्यातून उठावे म्हणून माझा मेंदू ही शक्कल लढवत होता! 'माझा मेंदू चांगले काम करतो.' मी स्वत:शीच पुटपुटले.

''किती आनंदी सकाळ आहे ही!'' रिक माझ्याकडे झुकत बिछान्यात बसत

म्हणाला.

मी आक्रसले, कारण स्वप्न अजून ताजेच होते. त्याच्या केसांमधून माझ्या ब्लँकेटवर पाणी पडत होते; पण त्याला त्याची अजिबात पर्वा नव्हती.

"आज मिठाच्या अंघोळीचा विधी आहे. मिठाने शुद्धी करायची! हे एक आध्यात्मिक आव्हान आहे. तुम्ही कोण आहात असे हे तुम्हाला वाटते आणि खरोखरच तुम्ही कोण आहात यातील द्वंद्व. बहुतेक लोक ही परीक्षा नापास होतात. तू इथे राहणारी नाहीस; पण तू भारतीय आहेस," डोळे मिचकावत तो म्हणाला. बहुधा त्याला आनंद वाटत असावा की एक भारतीय माणूस येथे दूर नेदरलँडमध्ये आध्यात्मिक उपचार करण्यासाठी आला आहे.

"जरी तू नापास झाली तरी लक्षात ठेव, कोणीही तुझ्या पास होण्याची अपेक्षा करत नाही. म्हणून हिरमुसू नकोस."

रिक गमत्या होत्या; पण त्याला माझ्याबद्दल आपुलकीसुद्धा होती. त्याला माझ्याबद्दल काही माहीत नसतानादेखील तो माझी काळजी घ्यायचा. बलात्कारी पुरुष अशी रिकची प्रतिमा पुसली जाऊन मला आता त्याच्याशी बोलताना बरे वाटू लागले; पण आध्यात्मिक आव्हानाच्या कल्पनेने मला थोडेसे अवघडल्यासारखे वाटले. मला आव्हाने स्वीकारायला आवडतात. साध्या कामातदेखील मी काहीतरी आव्हानात्मक शोधते. मला वाटते, जेव्हा आपण आपल्या पलीकडे जाऊन आव्हानांना सामोरे जातो, तेव्हाच खऱ्या अर्थाने विजयाचा आनंद होतो. तेव्हाच खऱ्या अर्थाने प्रगती होते.

मला त्याची नकारघंटा फारशी आवडली नाही. 'बहुतेक लोक नापास होतात आणि कोणाचीही अपेक्षा नाही की तू पास व्हावेस.' लोक नापास का होतात? मला 'पराभव' कधी कळलेलाच नाही. कोणतेही काम करण्याचा प्रयत्न करत असताना पराभवाच्या भीतीची एक टांगती तलवार सतत आपल्या डोक्यावर लटकत असते. आणि जर तुम्ही तिच्याकडे लक्ष न द्याल तर पराभव निश्चित असतो. बहुतेक लोक लक्ष देत नाहीत, कारण त्यांचे शरीर एकीकडे तर मन भलतीकडेच भरकटत असते. अशा परिस्थितीत पराभव अटळ असतो. अपघात आणि पराभवात एकच अटळ सत्य सामोरे येते ते म्हणजे लक्ष नसणे. मी यावेळी नापास होणार नाही. मी माझे शरीर आणि मन सबंध जाणिवेशी संलग्न ठेवीन.

जर मी या मिठाच्या शुद्धीकरण विधीत पास होणार नाही तर पुढचे कोणतेच विधी मी करू शकणार नाही. शमनचे विधी आध्यात्मिक उद्देशासाठी आध्यात्मिक मुक्ती प्राप्त करायला केले जातात. मला मुक्तता हवी आहे. मी खरोखरच भरकटलेली आहे. मी स्वत:शीच कबुली दिली की, मी भरकटले आहे, माझा उद्देश काय आहे, हे मला माहीत नाही; योग्य-अयोग्य काय, हे मला माहीत नाही. मी

कुठे जाते हे मला माहीत नाही. मी या विधींकडे पुन्हा एकदा जगण्यासाठी मिळालेली संधी म्हणूनच पाहत होते आणि आता हा 'मिठाची अंघोळ' नामक भलामोठा, आडदांड गडी दारातूनच मला हाकलायला बघत होता. मिठाच्या अंघोळीच्या प्रवेशपत्रिकेवर शिक्का पडल्याशिवाय मला आतमध्ये प्रवेश नव्हता!

असे कोणते आव्हान असू शकते? मला कोणाशी लढावे लागेल? कोणाला जिंकावे लागेल? कोणते नियम असतील? पास होण्यासाठी काय आवश्यक असेल? कोणीतरी हे सर्व सांगितले तर बरे होईल. सगळ्या गोष्टींमधील 'गुप्तता' मला अजिबात आवडली नाही. जर मला नियमच माहीत नाहीत तर मी जिंकणार कशी?

मला नातेसंबंधांमधले नियम माहीत नव्हते म्हणून माझा पराभव झाला. मला मित्रत्वाचे नियम माहीत नव्हते म्हणून मी हरले. मला धंद्याचे नियम माहीत नव्हते म्हणून मी अयशस्वी ठरले. मला आयुष्याचेच नियम माहीत नसल्याने मला मोठ्या प्रमाणात हरावे लागत होते. जर कोणी सुंदर नातेसंबंधांच्या नियमांचा उलगडा केला असता तर मी शक्ती पणाला लावून त्या नात्याची निर्मिती केली असती. जर कोणी मोठा व्यापार उभा करण्याचा कानमंत्र दिला असता तर माझे सर्वस्व पणाला लावून मी यशस्वी झाले असते; पण मला कोणी काहीच सांगितले नाही. मला वाटते कोणालाच माहिती नसेल. मला वाटते की, आपण प्रत्येकजण विजय आणि पराजयाच्या आपापल्या वैयक्तिक प्रवासात व्यग्र असतो. कारण प्रत्येकाचा त्याकडे बघण्याचा दृष्टिकोन वेगळा आहे.

जेव्हा मी पराभूत झाले, प्रत्येक वेळी माझ्या मित्रांनी मला समजावले, ''तू नशीबवान आहेस की, हे आत्ता घडले. तू तरुण आहेस आणि अख्खे आयुष्य तुझ्यासमोर आहे. कल्पना कर काय झाले असते जर अमुक-तमुक घडले असते!'' त्यांनी कितीही सांत्वन करण्याचे प्रयत्न केले तरी जे व्हायचे ते घडलेच होते. मला माहीत होते की, मी पराभूत झाले होते. जर त्यांनी नुसती धोक्याची सूचना दिली असती, जवळ येणाऱ्या विनाशकाळाला ओळखण्यास सांगितले असते तर मला पराभवाकडे पाठ फिरवता आली असती. पराभवानंतरचे सांत्वन उपयोगी नसते; पण त्याआधी काळजी घेण्याच्या सूचना फार महत्त्वाच्या असतात.

रिकचे बोलणे माझ्या डोक्यात घोळत होते. अंघोळीने मला खूप ताजेतवाने वाटू लागले. साबणाऐवजी मिठाचा खडा ठेवलेला मला दिसला. त्या खडबडीत मिठाच्या तुकड्याचा शरीरावर होणारा स्पर्श केवळ दिव्य होता. खूपच छान वाटले. पुढे होणाऱ्या विधींची मी उत्कंठतेने वाट पाहू लागले. मी नक्कीच हे आध्यात्मिक आव्हान स्वीकारणार!

मी नाश्त्यासाठी टेबलजवळ आले. अजूनही माझे शरीर त्या मिठाच्या तुकड्यामुळे

सुखद हुळहुळत होते.

"आज फक्त गाजराचा रस आहे नाश्त्याला," मेरी हसून म्हणाली. "आज खायला काहीही मिळणार नाही." हात वरती नेत, डोळे मिचकावत, स्वयंपाक करावा लागणार नाही; त्यामुळे हुश्शच्या आविर्भावात मेरी बोलली. मेरी मला खूप आवडायची. ती स्वयंपाक चांगला करायची म्हणून नव्हे तर अतिशय आवडीने व प्रेमाने ती स्वयंपाक करायची; त्यामुळे तिचे साधेच जेवण फार चविष्ट लागायचे.

'ठीक आहे ऽऽऽ' मी स्वत:लाच सांगितले. अजिबातच खायला न मिळणे म्हणजे कठीणच आहे. ज्या देशात आध्यात्मिक आणि धार्मिक विधींमध्ये उपासाला अनन्यसाधारण महत्त्व आहे, त्या देशातून मी आले असले तरी मला देवासाठी उपास करायला आवडत नाही. मला खायला आवडते. जर मला उपास करायला सांगितले तर मी मरेनच! पराभवाच्या चेहऱ्यावरचा कुत्सित भाव मला वाचता आला. 'तू परीक्षेत नापास होणार!'

गाजराचा रस मी घोट घेत घेत प्यायले. तो विचित्र चवीचा रस हळूहळू पीत पोट भरल्याचे नाटक मी करत होते. युद्धाच्या वेळी अत्याचार केंद्रात डांबलेल्या कैद्यांना दिवसातून फक्त दोन चमचे सूप दिले जायचे. मी त्यांचा विचार करू लागले. ताडकन मी ताठ बसले. समजा, मी त्या अत्याचार केंद्रातील कैदी आहे आणि मला त्या दोन चमचे सूपवर राहावे लागले तर? मी काय करेन? मला तीन वेळा जेवण मिळत नाही म्हणून आत्महत्या करेन का? काही वेळा आयुष्य कठीण असते, काही गोष्टी नाही होत मनासारख्या, आपल्याला जुळवून घ्यावे लागते. कधी शत्रू फार बलवान असतो; त्यामुळे चांगल्या 'उद्यासाठी' 'आज' झुकते घ्यावे लागते. मी आयुष्याला आजपर्यंत निर्भीडपणे सामोरी गेले. माझ्याप्रमाणे वागा नाहीतर जा; माझ्या समांतर वाट धरा; पण जेव्हा लोकांनी माझ्या समांतर वाट धरली तेव्हा मात्र मी भांबावून गेले. म्हणजे असे की, मला पूर्ण वाटी भरून सूप द्या नाही तर दोन चमचेही नकोत! जग माझ्या मूर्खपणावर हसायचे!

पण आता माझ्यात आध्यात्मिक शक्ती होती. माझ्या अंतर्मनाचा दरवाजा उघडला होता. जर आज गाजराचा रसच प्यायचा आहे तर ठीक आहे! मी त्यातून तरेन. मी उठून चालायला लागले.

"विधी धान्याच्या कोठारात आहे." मेरी माझ्यामागून ओरडली,

मला छान वाटत होते. मी कोणतेही आव्हान स्वीकारायला तयार होते. पराभवाचा पर्याय मला नको होता. मी कोणत्याही अडचणीतून मार्ग काढत लक्ष्यापर्यंत पोहोचणार होते.

मी त्या कोठारात शिरले. एमाने अगोदरच ते स्वच्छ केले होते; पण तरी कोंबड्यांचा वास नाकातोंडात शिरत होता. कहुना सेनशी बोलत होते. मी रिकाम्या

खुर्चीत बसले. ते आम्हाला कोणालाच जमिनीवर बसवायचे नाहीत, ही एक चांगली गोष्ट होती. कोंबडीच्या शिळ्या विष्ठेने जमीन भरलेली होती.

बाजूला एक लांब टेबल होते ज्यावर ॲल्युमिनिअमचे पेले आणि भांडे मांडून ठेवले होते. 'या कोठारात पार्टी करणार आम्ही!' मी स्वत:शीच हसले.

"अरे, आलीस तर तू!" कहुनांनी माझ्याकडे लक्ष गेल्यावर म्हटले, "मिठाच्या अंघोळीच्या विधीमध्ये तुझे स्वागत आहे. काही संस्कृतींमध्ये या विधीला आध्यात्मिक आव्हान समजले जाते. बहुतेकांना बदल नको असतो; त्यामुळे दुसऱ्या बाजूला ते जाऊ शकत नाहीत. प्रत्येकाची वेळ ठरलेली असते आणि वाढीची प्रक्रियाही व्यक्तिसापेक्ष असते. पाच वर्षांची मुलगी जशी भली मोठी सूटकेस उचलू शकत नाही, त्याप्रमाणे काही लोक ही परीक्षा पास होण्याइतपत उत्क्रांत झालेले नसतात. परीक्षा नापास होणे हे चांगले किंवा वाईट नसते. तुम्ही अजून तयार नाही. दुसऱ्या वेळी तुम्ही तयार असाल हेच ही परीक्षा दर्शविते."

मी मानेने होकार दिला. मला समजले. मी तयार होते का हे माहीत नाही; पण निश्चितच माझी इच्छा होती आणि इच्छा असणे म्हणजे तयार असण्यासारखेच होते.

"गेल्या वर्षी महर्षी वेदजी माझ्या भेटीसाठी भारतातून आले होते. योगशास्त्रामधील आध्यात्मिक शुद्धीकरणाची पद्धत सारखीच आहे, असे त्यांनी सांगितले आणि हे सांगताना आनंद होतो की, आपण सर्वजण समान शहाणपणाने आणि हेतूने विणले गेलो आहोत," कहुना हसून बोलले.

"ओह! महर्षी भेटले तुम्हाला?" माझ्या बोलण्यात थोडा तिरकसपणा उमटलाच; पण लगेचच मी सावरून म्हणाले, "मी ऐकले आहे की, आमचे आध्यात्मिक गुरू विदेशात येऊन आध्यात्मिक मुक्तीचा प्रसार करतात."

"मी भारतात अनेकदा आलो आहे आणि महर्षी वेदांना भेटलो आहे. आम्ही आता आतून एकमेकांच्या जवळ आहोत. आमच्या दैवी स्वप्नांमधून आम्ही एकमेकांना भेटतो आणि ते माझ्या विधींमध्ये मला आध्यात्मिक मार्गदर्शन करतात आणि जेव्हा मी हे त्यांच्याशी बोलतो, तेव्हा ते म्हणतात की, त्यांनाही तसेच वाटते," कहुना सर्वांना उद्देशून बोलले.

"आध्यात्मिक प्रवासाचा हा तुमचा पहिलाच टप्पा आहे आणि तुम्हाला हे माहिती पाहिजे की, तुमच्या आत्म्याच्या शुद्धीकरणापूर्वी तुमच्या शरीराची शुद्धी आवश्यक आहे. शुद्ध शरीरात शुद्ध आत्मा वास्तव्य करतो. जर तुम्ही तुमच्या शरीराची हेळसांड केली तर तुमच्या आत्म्याचीही हेळसांड होईल."

कहुना त्या कोठारात फिरत समजावून सांगू लागले. त्यांच्या फिरण्याबरोबर मला माझी मानही इकडून तिकडे फिरवावी लागली.

"या भांड्यांमध्ये खारे पाणी आहे. ते दाट पाणी पिणे अनेकांना कठीण जाते. या पाण्यातले मीठ तुमच्या पोटाच्या आणि आतड्याच्या आत दडलेल्या अतिसूक्ष्म अन्नाच्या कणालादेखील बाहेर फेकते. बहुतेक सर्व रोग पोटात सुरू होतात. जर तुमच्या पोटाने आणि आतड्याने अन्नाचे कण असेच जमवून ठेवले तर रोगाची सुरुवात होते. मीठ तुमची ही अंतर्गत व्यवस्था साफ करते, जसे आतमधून फवारा मारला जातो, तसे बहुतेकजण दररोज बाहेरून अंघोळ करतात; पण आतील अंघोळ कोण करणार?" कहुना म्हणाले.

शरीराच्या शुद्धीबद्दल कहुना बोलत असताना मला रिकचे बोलणे आठवले आणि माझ्या मनात विचारांचे काहूर उठले. चित्त विचलित होणे म्हणजे पराभव अटळ समजावा. मी पुन्हा प्रयत्नपूर्वक कहुनांकडे लक्ष देऊ लागले. मला पराभूत व्हायचे नव्हते.

"मीठ तुमच्या तोंडातून आत जाईल आणि शौचमार्गापर्यंत सगळीकडे फिरून नंतर बाहेर फेकले जाईल; त्यामुळे तुमच्या शरीरातील घाणही बाहेर फेकली जाईल. तुम्ही सर्वजण इथे या कोठाराच्या आसपासच राहाल. बाहेर छोट्या खोल्या आहेत जेथे तुम्हाला लघवीला किंवा शौचाला जावेसे वाटले तर तुम्ही जाऊ शकता. त्या खोल्यांच्या बाहेर डबे ठेवले आहेत त्यात तुम्ही तुमची लघवी किंवा शौच करू शकता. बाहेर जाताना तुम्ही त्या डब्यावर झाकण ठेवून तुम्हाला कोपऱ्यात दिलेल्या जागेवर ते ठेवू शकता. मी जे बोललो ते सगळ्यांना समजले का? तुम्ही मीठ आतमध्ये घ्या आणि बाहेर टाका. सोपे आहे!" कहुनांनी आजूबाजूला बघितले आणि स्मितहास्य केले.

मी थोडे आक्रसूनच हो म्हटले. हो, मी दररोज पाणी पिते आणि लघवीद्वारे बाहेर फेकते; पण हा कधीच सामुदायिक विषय झाला नव्हता आणि विधी तर अजिबातच नाही; पण ते एक आध्यात्मिक आव्हान होते आणि मला माहीत होते की, ते आव्हान सोपे आहे. प्या आणि लघवी करा! आणि तुम्ही पास व्हाल!

प्रत्येकजण उठून टेबलाजवळ गेले. एमाने जग उचलून पेल्यामध्ये ते मिठाचे पेय ओतले. जेव्हा तिने पहिला घोट गिळला तेव्हा मी तिचा चेहरा बघितला. तिच्या चेहऱ्यावरची रेषाही हलली नाही. तो घोट खूप हळू तिने खाली ढकलला होता. आणखी एक घोट गिळायला तिने पेला ओठांजवळ नेला तेव्हा तिने मला न्याहाळताना बघितले,

दुसरा घोट घेण्याच्या अगोदर ती थांबली आणि भुवया उंचावत म्हणाली, "तुझा पेला संपव आणि मला न्याहाळू नकोस."

मी कसंनुसं हसले. अर्धा भरलेला जग उचलला आणि ते मिठाचे पाणी पेल्यात ओतले, जे माझे आयुष्य बदलणार होते.

मी पेला उचलून नाकापर्यंत आणला. मी जे खाते, पिते त्याचा वास घेण्याची मला अतिशय वाईट खोड आहे. ते पाणी मक्याच्या सुपासारखे घट्ट आणि अपारदर्शक दिसत होते. फक्त मक्याचे दाणे नव्हते एवढाच काय तो फरक! मी पेला ओठांजवळ नेला, लहानसा घोट घेतला आणि लगेचच तो घोट बाहेर फेकून दिला. त्या पाण्यात तीस मोठे चमचे मीठ टाकल्यासारखे वाटत होते. तोंडात उरलेले खारे पाणी गिळायला मला महान धैर्य लागले. माझ्या तोंडाकडे कोणी बघते आहे का हे कळण्यासाठी मी आजूबाजूला पाहिले; पण सगळेजण आपापले मिठाचे पाणी पिण्यात गर्क होते.

मी माझा पेला घेऊन दरवाज्याकडे गेले. दुसरा घोट म्हणजे अत्याचारच होता. मी बाहेर पडले आणि जवळच्या झुडपांजवळ पाणी टाकून दिले तर... माझ्यातील राक्षस कुजबुजला जर मला संधी मिळाली तर नक्कीच मी त्या संधीचा गैरफायदा घेईन. कितीतरी वेळा मी असा गैरफायदा घेतला आहे– परीक्षा, पॉकेटमनी, माझ्यावरचा आरोप नाकारणे; जेव्हा मला समजले की, मी गैरफायदा घेऊ शकते तेव्हा प्रत्येक वेळी मी गैरफायदा घेतला आहे; त्यामुळे माझ्या अभ्यासाचे मला महत्त्व नाही, पैशांचे महत्त्व नाही, मला खरे मित्र भेटले नाहीत किंवा नातेसंबंध जुळले नाहीत. दुसऱ्यांना फसवणे म्हणजे स्वत:लाच फसवणे आहे. चोरासारखे आयुष्य जगून मी स्वत:च स्वत:ला फसवले. शिक्षणात, नातेसंबंधांत किंवा पैसे कमावण्यात मला याचा फायदा झाला नाही.

अजूनही तीन चतुर्थांश पेला भरलेला होता. फक्त काही घोट गिळले आणि डोकेदुखी व मळमळ सुरू झाली. माझ्या डोक्यात विचारचक्र सुरू झाले. 'फसव या लोकांना. फेक ते पेय. काळजीपूर्वक झुडपांजवळ जा आणि फेकून दे ते पाणी. काही घोटांपुरते पाणी शिल्लक ठेव आणि परत इथे येऊन ते पिऊन टाक. कोणाला कळणारही नाही.' फक्त माझ्या आत्म्याला कळेल कारण त्याला त्याचे ध्येय समजून घेण्याची संधी हिरावली जाणार आहे.

मी तिथे उभी राहिले, माझे हात कापत होते आणि घामेजले होते. 'मी नाही करू शकत असे' माझ्या शरीराने आक्रंदन केले आणि नंतर एका झटक्यात मी तो पेला उचलून सगळे पाणी प्यायले. टेक्विलाचा शॉट घेतल्यावर जसा माणूस अडखळत खाली बसेल तशीच मी बसले. खूपच मोठा ढेकर आला. याचा अर्थ शरीराने ते मिठाचे पाणी स्वीकारले होते. सगळ्यांनी माझ्याकडे पाहिले. अजूनही त्यांचे पेय ते पीतच होते.

"आता काय?" मी स्वत:लाच विचारले.

"दिवसात मिठाच्या पाण्याचे पाच ग्लास. दुसरे काही नाही. फक्त हेच कधीही, केव्हाही! तुम्हाला दुपारपर्यंत वेळ आहे" कहुना कोठाराबाहेर जात म्हणाले.

माझ्या ढेकराची दुर्गंधी त्यांना नकोशी वाटली असेल का?

मी तोंडावर हात ठेवून श्वास सोडला; पण वास नाही आला. मी माझ्या पोटातील डचमळ सहन करत शांत बसले.

अजून चार पेले प्यायचे बाकी होते. एवढे पाणी गिळण्याची मला कल्पनाही करवत नव्हती. माझे पाय जमिनीतच रुतल्यासारखे वाटले. माझ्या पाठीच्या कण्याने माझे शरीर वर ओढल्यासारखे वाटले आणि मी कशीबशी टेबलाजवळ पोहोचले. कसेही करून मला ते पेय गिळायचे होते. मी माझ्या पेल्यात मिठाचे पाणी ओतत होते तेव्हा सगळेजण आश्चर्याने माझ्याकडे पाहत होते. मी परत खुर्चीवर बसले. डोळे बंद करून, ग्लास धरून बसले.

मला हा विधी करायचाच होता. कोणतीही पळवाट नव्हती. कोणताही पर्याय नव्हता. मिठाचे पाणी पिण्याची जबाबदारी माझी होती. दररोज सकाळी उठून ऑफिसात जाणे कोणालाही जीवावर येईल; पण जगण्यासाठी काहीतरी करावेच लागते. प्रसूतिवेदनेने तडफडणाऱ्या स्त्रीला वेदनारहित प्रसूती नक्कीच पाहिजे असते; पण नवीन आयुष्याची किंमत तर द्यावीच लागते!

मी ओठांपर्यंत पेला न्यायचा अवकाश; अचानक माझ्या पोटात जोरात दुखायला सुरुवात झाली. असे वाटत होते की, पोटात कोणी सुरा खुपसला आहे. खाली पडणारा पेला कसाबसा हातात पकडून मी जमिनीवर ठेवला आणि मटकन खालीच बसले. पोटात दुसरी कळ आली आणि मला शौचाला जावे लागले. कसेबसे उभे राहण्याचे बळ मिळाले. पोट घट्ट पकडत खाली पडणारा पेला कसाबसा हातात धरून... फरफटत मी कहुनांनी जिथे सांगितले तिथे पोहोचले.

ती सहा चौरसफुटांची खोली होती. रंगाऱ्याकडे जसा लटकणाऱ्या हँडलचा रंगाचा डबा असतो, तसा डबा तिथे खोलीच्या बाहेर ठेवला होता. मी एका हाताने कसाबसा तो डबा उचलला. दुसरा हात पोटावरच होता. मी त्या खोलीत शिरले; आतमध्ये कमोड नव्हते ना दुसरे काही! फक्त एका कोपऱ्यात टॉयलेट पेपर्स ठेवले होते; पण जर त्या डब्यात विष्ठा टाकायची असेल तर कमोडची गरजच काय? पण ही वेळ अकांडतांडव करण्याची किंवा कहुनांकडे जाऊन जाब विचारण्याची नव्हती. माझ्यावर प्रचंड ताण आला होता आणि जेव्हा असा ताण येतो तेव्हा वादविवाद वायफळ वाटतात. फक्त त्या ताणातून सुटका हवी असते. मी त्या डब्यावर बसत माझा ताण हलका केला. जोरदार आवाजामुळे माझी मलाच खूप लाज वाटली.

एकाच शॉटमध्ये अर्धा डबा भरला होता. मला एवढी लाज वाटली! मी स्वत:शीही कबूल करायला तयार होईना की मीच हा प्रताप केला आहे. मी एकटीच त्या खोलीत होते! ढुंगणाखाली डबा होता आणि पोटातल्या हवेमुळे सुंदर ऑर्केस्ट्रा

ऐकायला मिळत होता! मानसिकदृष्ट्या ही वस्तुस्थिती स्वीकारायला माझे मन तयार होत नव्हते आणि कधीच तयार झाले नसते.

मी बाहेर आले तेव्हा सेन बाहेर उभा होता. मला कुठे बघावे तेच कळेना! असे वाटले की, जमीन दुभंगून तिने मला आतमध्ये घेतले तर बरे होईल! मला खूप लाज वाटली. सेनने मला बाजूला ढकललेच! मी केवढी लाजले आहे याच्याशी त्याला काही घेणेदेणे नव्हते. त्याचे ध्येय 'तेच' होते.

मला वाटते, आपण सर्वजण दुसरे काय म्हणतील याचा खूप जास्त विचार करतो आणि आपल्यामधील त्रुटी दुसऱ्याला कळू न देण्याचा प्रयत्न करतो. दुसऱ्याला त्यामध्ये फारसे स्वारस्य नसते तरीही! काही सेकंदांतच आतमधून जमीन हादरेल असा आवाज आला. चला, मीच एकटी नव्हते तर! मला हायसे वाटले.

वस्तुस्थिती अशी की, आपण कधीच एकटे नसतो. आपल्याला असे वाटते की, आपल्या एकट्याच्याच नशिबी असे भोग वाट्याला आले आहेत; पण आपल्याला दुसऱ्यांबद्दल माहीत नसते. कधीकधी आपण आपल्यामध्ये असलेल्या उणिवांमुळे एवढे लज्जित झालेलो असतो की, त्या लपवायला आपण खोट्या प्रतिष्ठेच्या बुरख्याचा आधार घेतो आणि दुसऱ्यांकडून मिळणाऱ्या प्रेमाला आणि करुणेला पारखे होतो. जर आपल्या स्वतःच्याच उणिवांबद्दल आपल्याला सहानुभूती नसेल, तर दुसऱ्यांच्या उणिवांबद्दल कशी असणार? कल्पना करा की, एक अख्खा समूह एका बेटावर राहतो आहे जेथे प्रेमाची देवाणघेवाण नाही. आपणही असेच एकमेकांपासून तुटलेल्या स्थितीत राहत नाही का? आपण सर्वजण एक आहोत हे आपण विसरतो.

जेव्हा शमन परक्या व्यक्तीला भेटतात तेव्हा ते फार सुरेख अभिवादन करतात, 'इन लाकेच!' (मी म्हणजे दुसरा तूच आहेस!) किती सुरेख! मी म्हणजे इतर कोणी नाही, मी म्हणजे दुसरा तूच! मी कोणी वेगळा आहे किंवा मीच सर्वेसर्वा आहे असा विचार करणे म्हणजे बाळबोधपणाच, नाही का? आपण सर्वजण सारखेच आहोत, एकच शक्ती आहोत; आपल्याला सारख्याच समस्या आहेत आणि सारख्याच गोष्टींचा ध्यास आहे.

मी त्या कोठाराकडे चालत गेले. आतमध्ये कोणीच नव्हते. प्रत्येकजण बाहेर शौचाला गेला होता. शरीरातील सर्व विष बाहेर पडत होते. माझे पोट दुखणे, गरगरल्यासारखे वाटणे आता बंद झाले होते. मला खूप हलके वाटले. आता दुसरा ग्लास तेवढा त्रासदायक वाटला नाही. सुरुवातीला सगळे जड गेले; पण आता माझ्या शरीराने सुरुवातीच्या धक्क्याचा आणि नंतरच्या परिणामांचा स्वीकार केला होता. आपले शरीर एक अद्भुत यंत्र आहे. ते सर्व गोष्टी लवकर स्वीकारते. स्वीकारातूनच सवयी निर्माण होतात. मी कसेबसे चार पेले मिठाचे पाणी प्यायले.

दुपारपर्यंत मी पाण्याचा पेला तरी भरत होते किंवा बाहेर जाऊन तो डब्बातरी! दुपारी उशिरा मी मिठाच्या पाण्याचा शेवटचा पेला प्यायले; पण माझ्या बाहेरच्या चकरा चालूच होत्या. फक्त आता चकरा थोड्या कमी झाल्या होत्या. अखेरीस माझे पोट स्थिर झाले आणि आतमध्ये फक्त स्वच्छ, धुतलेले आतडे उरले होते. वा! मला आतून स्वच्छ वाटत होते आणि आतमध्ये वाकून पाहण्याची इच्छा होत होती.

"जर तुझी इच्छा असेल तर तू थांबू शकतेस," एमा म्हणाली.

"माझे सर्व आटोपले आहे." माझ्या उत्तराची वाट न पाहता एमा निघाली. मी वाट पाहण्याचे ठरवले.

"माझेही आटोपले आहे," सेन म्हणाला, "तुझे डबे तुला दिलेल्या कोपऱ्यात एकावर एक रचून ठेव," त्याने निघण्यापूर्वी सांगितले.

मी एकटीच होते. बाकी सगळेजण सूचना मिळण्यापूर्वीच बाहेर पडले होते. मी समाधानी होते. फार मोठ्या आव्हानाला तोंड द्यावे लागले नव्हते. परीक्षा सोपी होती. होय, पहिला पेला म्हणजे भयंकर अनुभव होता आणि पहिल्यांदाच त्या खोलीत जाणे हासुद्धा महाभयंकर अनुभव! पण त्यानंतर मी सरावले होते. मला आश्चर्य वाटले की, कहुनांनी या विधीचे प्रस्थ एवढे का वाढवले!

'बरेच लोक नापास होतात,' ते म्हणाले होते; पण आम्ही सर्वजण चांगल्या रितीने पास झालो होतो. खरंच, पास झालो का? काहीतरी असणार यापुढे; मला खात्री झाली.

मी उठले आणि कॉटेजकडे जाऊ लागले. मला अंघोळीची गरज होती. अंग घासून काढायचे होते. मी खोलीत शिरले तेव्हा लक्षात आले, माझा चौथा नंबर आहे. मनसोक्त अंघोळ करून आम्ही सगळे स्वयंपाकघरात आलो. तिथे पाण्याचे जग भरून ठेवले होते.

"हे झऱ्याचे पाणी आहे," कहुना म्हणाले, "हे पाणी तुमच्या शरीरातील कमी झालेली प्रथिने व खनिजे परत भरून काढेल. तुम्हाला पाहिजे असेल तेवढे पाणी प्या. सूर्यास्ताच्या वेळी आपण विधीचा शेवट करणार आहोत. जर तुम्हाला थोडी झोप मिळाली तर ताजेतवाने वाटेल."

पहिल्यांदा मीच पाण्याचा जग हातात पकडला. त्या पाण्याची चव चाखायची मला खूप उत्सुकता होती. पाणी खरंच खूप छान होते पण एका पेल्याहून जास्त मी नाही पिऊ शकले. या विधीमुळे कोणत्याही गोष्टीबद्दलचा लोभ नाहीसा झाला होता. माझ्या शरीराला जेव्हा गरज असेल तेव्हाच आणि त्या प्रमाणात ते स्वीकार करेल. माझे मन म्हणते म्हणून माझे शरीर स्वीकार करणार नाही. एक पेला पाणी पिऊन मी माझ्या खोलीत आले. अचानक माझ्यावर गुंगीचा अंमल चढू लागला आणि मला झोपेची नितांत आवश्यकता भासू लागली.

कोणी येण्यापूर्वीच मी पलंगावर आडवी झाले. गाढ झोप लागण्यापूर्वी 'आध्यात्मिक आव्हान' वगैरे शब्द माझ्या डोळ्यांसमोर तरळत होते.

जेव्हा दुपारी झोपेतून उठले तेव्हा सूर्य क्षितिजाकडे धिमी पावले टाकत जात होता. घोरण्याची जुगलबंदीच चालू होती. एमाचा आवाज सगळ्यात जोरात होता. जोरात घोरणे मला स्त्रीत्वाचे लक्षण वाटत नाही; पण आत्ता त्यावर मी काहीही भाष्य केले नाही. ती नक्कीच खूप थकली असणार किंवा छानशा झोपेमुळे सुखावली असणार. तिच्या घोरण्यामुळे मला कसलाही त्रास झाला नाही. माझी ट्रॅकपँट घालून, कोट घेऊन मी सूर्याची शेवटची किरणे अंगावर झेलायला बगिच्यात गेले.

तिथे मी कहुनांना इतर माणसांबरोबर लाकूडफाटा खांद्यावर घेऊन येताना पाहिले. ते एका मोकळ्या जागेत जात होते. ती जागा कॉटेजपासून तीनशे फूट अंतरावर असेल. ते लाकूडफाटा एकावर एक रचून ठेवत होते. एखादे वेळी रात्री अग्नीवरून चालण्याचे दिव्य करायचे असेल, काय माहीत! 'आध्यात्मिक आव्हान' ही संज्ञा जणू माझ्या मेंदूला चिकटून बसली होती!

मेरी आतून झऱ्याच्या पाण्याचा जग घेऊन आली.

''खूप जास्त पाणी पिऊ नकोस,'' तिने बजावून सांगितले, ''विधी लवकरच सुरू होईल आणि तुझे लक्ष विचलित होईल.''

मी मान हलवत मूक आभार मानले. बरे झाले तिने सांगितले! खरेतर मी तहानलेले होते; पण पाण्याचा प्रत्येक थेंब महागड्या वाइनप्रमाणे मी चाखत होते.

काही मिनिटांतच एमा खाली आली. घोरण्यापासून चालण्यापर्यंत! केवढा मोठा बदल होता तो! सकाळच्या दवबिंदूप्रमाणे ती ताजी दिसत होती.

''तू केवढी ताजीतवानी दिसतेस!'' माझ्याकडे पाहत ती आश्चर्याने म्हणाली.

''तूही!'' मी उत्तर दिले.

शुद्धीकरणाच्या प्रक्रियेचा तो परिपाक होता आणि तिने केलेली तारीफ ऐकून मला छान वाटले!

ढोलकीच्या आवाजाने आसमंत दुमदुमले. आदिवासी जमातीचा कोणताही विधी सुरू होण्यापूर्वी केलेला हाकारा ऐकून मी मंत्रमुग्ध झाले. दूरवर अग्नीही दिसू लागला.

''आपण आता विधी सुरू करत आहोत,'' एमा पाण्याचा पेला खाली ठेवत म्हणाली. माझा हात पकडून जेथे ढोलकीचा आवाज येत होता आणि ज्वाला हवेच्या झोक्यात नाचताना दिसत होत्या तिथे घेऊन जाऊ लागली. 'आध्यात्मिक आव्हान!' या आव्हानाचा मला शोध घ्यायचा होता.

अग्नीच्या बाजूला पाच लोकांना बसायला चटया अंथरल्या होत्या. प्रत्येक

चटईवर शुभ्र वस्त्र घातले होते.

"विधीकरिता तुम्हाला हे वस्त्र परिधान करावे लागेल," त्यांच्यातील एक वैद्य म्हणाला. कहुना ढोलकी वाजवताना समाधिस्थ झाले होते.

कपडे बदलण्याची जागा आहे का, म्हणून मी आजूबाजूला बघितले. बाकीच्यांनी निर्वस्त्र होऊन ते पांढरेशुभ्र वस्त्र परिधानही केले होते. मी मला दिलेले वस्त्र डोक्यावरून खाली पांघरले आणि माझी शर्ट-पँट काढायचा प्रयत्न करू लागले. 'सार्वजनिक जागेत कपडे बदलण्याबाबत मला कोणतीच अडचण नाही,' अशी माझी मानसिकता अजून झाली नव्हती. त्या वस्त्रामधून डोके बाहेर काढायला मला थोडा वेळ लागला. कॉलेज सुटल्यानंतर सार्वजनिक ठिकाणी कपडे बदलणे असे प्रकार मी केले नव्हते. गाडीमध्ये मित्रांसोबत कपडे बदलणे याची सुखद आठवण मला होती; पण ती सवय आता तुटली होती. ढोलकीचा आवाज मोठा होत गेला आणि माझे लक्ष आता नाचणाऱ्या ज्वालांकडे आणि समाधीत गेलेल्या कहुनांकडे गेले.

लवकरच ढोलकीच्या तालाशी मी समरस झाले. ते संगीत हळूहळू तुमच्यात भिनते. जेव्हा मी त्याच्याशी संपूर्ण समरस झाले तेव्हा अचानक आवाज थांबला. अधूनमधून लाकडाची एखादी ढलपी आगीमुळे कटकन मोडायची. तोच काय तो आवाज! बाकी नीरव शांतता होती.

ढोलकी वाजवणारे निघून गेले. कहुना अजूनही समाधीतच होते. मी त्यांच्याकडे टक लावून बघत असताना हळूच त्यांनी डोळे उघडले आणि माझ्याकडे पाहिले. ती नजर हळुवार होती. नंतर त्यांनी अग्नीकडे कटाक्ष टाकला. लांबून ढोलकीवाले परत येताना दिसले. त्यांच्या खांद्यावर काठी होती आणि त्या काठ्यांवर मघाचे आमचे विष्ठेचे डबे लटकवलेले होते. ते अग्नीजवळ आले आणि अग्नीच्या भोवताली डब्यांची गोलाकार मांडणी करू लागले. डब्याच्या आतील प्रकार शिजवायचा आहे का, याचा मी तर्क करू शकत नव्हते. कहुनांच्या मनात काय होते याचा अंदाज मी बांधू शकले नाही. ढोलकीवाल्यांनी ते डबे अग्निकुंडाच्या सरळ रेषेत ठेवले आणि ढोलकीच्या समोर येऊन ते उभे राहिले.

कहुना आमच्याकडे तोंड करून त्या गोलापासून एक मीटर दूर उभे राहिले.

"या विधीमुळे तुमच्या आत्म्याला त्याच्या अस्तित्वाची जाणीव होईल. या डब्यांमध्ये तुमची विष्ठा आहे; तुम्ही जे काही त्याला म्हणत असाल ते; रोनी." त्या ढोलकीवाल्याकडे बघत कहुना म्हणाले, "मी एका डब्यातील विष्ठा तुमच्या तळहातावर टाकीन आणि तुम्हाला ती विष्ठा मनाने स्वीकारायची आहे. मनाने स्वीकारल्यावर कपाळाला लावून ती अग्नीत स्वाहा करायची आहे." कहुना दोन ढोलकीवाल्यांच्या मध्ये बसले. ढोलकीची थाप आता हळुवार पडत होती.

"काय ऽऽऽ?!" माझे सबंध अस्तित्वच जोराने आक्रंदले! एवढे जोरात आक्रंदले की, अवघ्या विश्वाने माझे आक्रंदन ऐकले असणार. कहुना विष्ठेचा अख्खा डबा माझ्या तळहातावर टाकणार होते आणि मला ती विष्ठा स्वीकारायची होती! बापरे !! मला हेही माहीत नसणार की, ती कोणाची विष्ठा होती. कोणाचीही असू शकेल! मला ती माझ्या तळहातावर घ्यायची होती, ती मनाने स्वीकारायची होती, कपाळावर लावून अग्नीत स्वाहा करायची होती! कहुना मूर्ख आहेत का? केवढा भयंकर विधी आहे हा! मला येथून बाहेर पडले पाहिजे!

जेव्हा सेन उठून कॉटेजच्या दिशेने चालू लागला, मीही तसेच करण्याचा विचार करू लागले. तो झपाझप पावले टाकत होता. काही क्षणांत एमाही उठून त्याच्या मागोमाग गेली. अग्नीकडे बघत तिने क्षमायाचनेची प्रार्थना केली. तिची प्रार्थना संपत नाही तोवर रिकही उठून चालू लागला. रिकच्या मागोमाग एमा कॉटेजच्या दिशेने चालू लागली.

काय चालले आहे हे? माझ्या मनात भावनांचा उद्रेक होत होता. कळेनासे झाले होते, किळस येत होती. सगळे सहन करणे फार कठीण होते. माझा मेंदूही निकामी झाला होता.

मी अग्नीकडे पाहिले. कहुनांकडे पाहिले. हे सगळे मी का करत होते? मला इथून बाहेर पडायचे होते. दुसऱ्यांची विष्ठा मी माझ्या हातात धरून का स्वीकारावी? पण जेवढा मी प्रतिकार केला तेवढे माझे शरीर तिथे घट्ट रुतले होते. पळून जाण्याची इच्छा होत होती; पण पाय घट्ट जमिनीत रोवले गेले होते. द्विधा मन:स्थितीत मी फसले होते. एक मन म्हणत होते, जा! पळ येथून!! आणि दुसरे मन इथे राहायला सांगत होते.

"तुलाही इथून जायचेय?" कहुनांनी विचारले.

"नाही," माझ्या तोंडातून आवाज आला; पण तो माझा निश्चित नव्हता.

'मूर्ख आहेस का तू?' या आवाजावर विश्वास ठेवतेस? ती मी नाही. तो माझा आवाज नाही. मला खरे तर येथून जाण्यासाठी हो म्हणायचे आहे; पण तोंडातून नाही निघतेय. काहीतरी कटकारस्थान आहे. माझा मेंदू आक्रंदला; पण मन जे येथे राहायचे म्हणत होते ते शेवटी जिंकले.

ती निरर्थक झुंज होती. शेवटी मी शरण गेले.

"आपण आता विधीला सुरुवात करणार आहोत. तुला तुझ्या हातात दिलेल्या विष्ठेचे निरीक्षण करून, तिचा स्वीकार करून; प्रार्थनेच्या रूपात तिला अग्नीत अर्पण करायचे आहे. तू कोणत्याही क्षणी हा विधी सोडून जाऊ शकतेस. तुला जोपर्यंत इथे राहायचे आहे, तोपर्यंत राहा. तुझा प्रवास तू निवडलेला आहेस."

कहुनांनी ढोलकीवाल्याला खूण केली. त्याने डब्याचे झाकण उघडले आणि

माझ्याकडे येऊ लागला.

सहजप्रवृत्तीने मी माझ्या हातांची ओंजळ केली. माझ्या मांड्या जरी श्वेत वस्त्राने झाकल्या असल्या तरी पाय उघडे होते. जसा तो माणूस माझ्याजवळ येऊ लागला तसे मी माझ्या तळहातांकडे लक्ष केंद्रित केले. विष्ठेचा वास चहूकडे पसरला. आपण जेव्हा आनंदाने चमचमीत पदार्थ खातो तेव्हा क्षणभरही विचार करत नाही; पण विष्ठेच्या रूपाने त्याच अन्नातले विष बाहेर पडते आणि दुर्गंधी पसरते तेव्हा मात्र आपल्याला तो अनुभव नकोसा असतो. ती दुर्गंधी माझ्या नाकपुड्यांमध्ये शिरून मेंदूला चिकटली.

आणखी जास्त विचार करण्याच्या आतच मऊसर विष्ठा माझ्या हातात ओतली गेली. माझी ओंजळ पूर्णपणे विष्ठेने भरली. माझ्या मांडीवर आणि पायांवरही तिचे ओघळ आले. माझे हात थरथर कापू लागले. मी तिच्याकडे पाहिले. आपण त्या रंगाचे अस्तित्व नाकारतो, वासाचे अस्तित्व नाकारतो. दूरवरच्या अंधाऱ्या भीतीच्या कोपऱ्यातील वळवळणारा किडा! मी स्तब्ध बसले!

मी अजूनही हातातील त्या विष्ठेकडे एकटक पाहत होते. माझे सर्वांग विष्ठेने माखले होते. नंतर मी तर्कशुद्धपणे विचार करू लागले. ती विष्ठा आहे की प्रक्रिया केलेले, पचवलेले अन्न? तत्क्षणी मला जीवन प्रक्रिया घडविण्यासाठी शरीरात होणाऱ्या घडामोडींचे यथार्थ दर्शन झाले. जिवंत राहायला आपण अन्न खातो, अन्यथा आपण मरू शकतो. जीवन चालू राहण्यासाठी पचनाची प्रक्रिया आवश्यक असणारच! लोकांना हे कळत नाही की, बराच काळ पोटात अन्न गेले नाही तर मरण येणार आणि नको असलेले अन्न शौचावाटे बाहेर फेकले गेले नाही तरी मरण येणार! जीवनाला लय आवश्यक असते, हालचाल आवश्यक असते. शरीराने स्वीकारलेल्या अन्नाचा बाहेर पडलेला भाग म्हणजेच शौच!

विष्ठेचा वास सुखावह नसतो पण खरा असतो. वास्तविकतेपासून कोणाचीही सुटका नसते. जेव्हा आपण अन्न खातो तेव्हा आपले पोट आणि आतडे अतिशय हुशारीने जीवनासाठी आवश्यक ते सर्व काही शोषून घेतात. चार ते पाच तास त्यांचे काम चालते. पोटातून आतड्यांपर्यंतच्या प्रवासात अन्नावर प्रक्रिया होते, त्याची तपासणी होऊन, तुकडे होऊन त्याचा पाचक रस तयार होतो. सफरचंद खाल्ले तर त्याचे अत्यंत सूक्ष्म कण रक्तात शोषले जातात. उरलेले शेष बाहेर पडते कारण नवीन प्रक्रियेला जागा करून द्यायची असते.

मग आत जाणारे अन्न स्वादिष्ट आणि बाहेर पडणारी विष्ठा वाईट कशी? ताटात वाढले जाणारे अन्न स्वादिष्ट, रुचकर आणि दिसायलाही चांगले का हवे? आणि बाहेर पडणारी विष्ठा बघताना लाज आणि भीती का? दोन्हीही प्रक्रिया तेवढ्याच आवश्यक आहेत.

मला कोणीतरी पछाडले असावे किंवा माझ्या आत्म्यात नवीन ऊर्जा निर्माण झाली असावी; कारण आता माझ्या हातात असलेल्या विष्ठेबद्दल मनात आदर निर्माण झाला. जसे की समाधिस्थ अवस्थेत मी ती विष्ठा स्वीकारून कपाळाला लावून अग्नीत स्वाहा करू लागले. माझ्या हातातील विष्ठा अग्नीत गेल्यावर ढोलकीवाला त्वरित माझ्या ओंजळीत परत ओतू लागला. जसे मंदिरातील पुजारी गंगेचे पवित्र पाणी याचकाच्या ओंजळीत भरतो, अगदी तसेच; तो ते ओतत होता.

मला माहीत नव्हते की, माझ्या ओंजळीत कोणाची विष्ठा दिली जातेय! पण आता त्यामुळे काहीच फरक पडत नव्हता. सगळ्या विष्ठा सारख्याच! कोणती जास्त चांगली नाही, कोणती जास्त वाईट नाही. विष्ठा ही विष्ठाच असते. दररोज परस्परांच्या संबंधांमध्येही आपण आपली विष्ठा दुसऱ्यांवर टाकत असतो. जेव्हा आपण आपल्या विष्ठेसाठी स्वतःला जबाबदार धरत नाही आणि दुसऱ्यांवर ती ढकलतो, तेव्हा त्या दुसऱ्याला आपल्यामुळे प्रायश्चित भोगावे लागते. वेगळ्या शब्दांत व्यक्त करायचे म्हणजे कोणी दुसरा माझी विष्ठा हातात धरून उभा आहे. कितीदा तरी आपण आपली घाण दुसऱ्यावर टाकतो आणि तो दुसरा बिचारा आपल्या घाणीचा मालक बनतो. जेव्हा स्वतः निर्माण केलेल्या घाणीची जबाबदारी आपण आपल्या खांद्यावर पेलत नाही तेव्हा दुसऱ्या कोणाला तरी ती जबाबदारी घ्यावी लागते. इथे तर मला अक्षरशः दुसऱ्यांची विष्ठा झेलावी लागत होती.

जेव्हा माझ्या ओंजळीत दुसऱ्या डब्यातील विष्ठा ओतली, तेव्हा आधीच्या पेक्षा काकणभर जास्त मी तिचा स्वीकार केला. हे एक चक्रच आहे; मी स्वतःलाच सांगितले. अन्न आणि विष्ठा या दोन्ही गोष्टी महत्त्वाच्या असून, त्या एकाच नाण्याच्या दोन बाजू आहेत. जन्म आणि मृत्यू किंवा आनंद आणि दुःख जसे असते, तसेच! चांगले किंवा वाईट असे काहीच नसते. जीवन टिकविण्यासाठी सगळेच महत्त्वाचे आहे. त्यातील एकाच गोष्टीत आनंद मानणे आणि दुसऱ्या गोष्टीला महत्त्व न देणे हे म्हणजे आयुष्याचा पूर्णपणे स्वीकार न करणे. माझे अस्तित्व निर्विकार झाले होते. विष्ठा म्हणजे घाण नव्हती. ती स्थुलावस्था होती.

तो ढोलकीवाला माझ्या ओंजळीत विष्ठा टाकतच होता आणि मी ती स्वीकारत होते आणि प्रार्थनेच्या रूपात अग्नीत टाकत होते. किती डबे होते ते मी मोजले नाहीत आणि माझ्या ओंजळीत किती विष्ठा टाकली गेली त्याचा मी हिशेबही केला नाही. मी स्वीकारत गेले, प्रार्थना करून अग्नीत स्वाहा करत गेले. माझी आणि इतरांची विष्ठा असा भेद मी करू शकले नाही. मला असा भेद करताही आला नसता आणि जर माझी विष्ठा कोणत्या भांड्यात आहे हे मी सांगू शकले नाही, याचाच अर्थ ती प्रत्येक भांड्यात असणार.

शेवटची ओंजळ मी अग्नीला स्वाहा केली; पण परत हात पुढे केले.

डोक्यापासून पायापर्यंत मी विष्ठेने माखलेली होते. मी स्वत:च विष्ठा झाले होते; पण मी ठीक होते. ती एक प्रक्रिया होती.

आता मला चांगल्या किंवा वाईटाचे भान राहिले नव्हते. एकाएकी मला उमगले होते की, कोणतीच गोष्ट वाईट नसते. कारण ती आयुष्याच्या चक्रात महत्त्वाची असते. आयुष्य जगणे आवश्यक आहे. जगण्याचा आस्वाद घेणे आवश्यक आहे. मग वाईट काय आहे? विष्ठेशिवाय अन्नाला अर्थ नाही. जर अन्नाचे विष्ठेमध्ये रूपांतर झाले नाही तर शरीरातच विष तयार होईल आणि ते विष जीवनाला मारक ठरेल. जर चांगल्या गोष्टींच्या प्रमाणात विष्ठा निर्माण झाली नाही, तर आपल्या आतच विष तयार होऊन आपल्याला मारेल.

''कृपया, ऊठ आता,'' ढोलकीवाला माझ्या कानात पुटपुटला.

मी लगेच उठले. मी केवढी वाईट दिसत होते याची मला अजिबात पर्वा नव्हती. एक भला मोठा पाण्याचा रांजण बाजूलाच भरून ठेवला होता. ढोलकीवाल्याने त्यात डुबकी मारायला सांगितली. ढोलकीचा स्वर तीव्र होत गेला. माझ्या डोक्यावर बादलीभर पाणी टाकण्यात आले. आणखी एक बादली टाकण्यात आली. अंगावरचे विष्ठेचे स्तर दूर होत होते. थंडगार पाण्यात मी कुडकुडत होते.

कहुना माझ्याजवळ आले आणि माझ्या डोक्याला आणि चेहऱ्याला गरम राख फासू लागले. गरम राखेने सर्वांग चोळल्यावर विष्ठेचा वास नाहीसा होऊ लागला. अग्निकुंडातून गरम राख आणून लगेच ते मला लावायचे. आता मी राखेच्या पुतळ्यासारखी दिसू लागले.

राखेमुळे उबदार वाटू लागले आणि मला जाणवले की, तो उबदार राखेचा थर माझ्या अंगावर हळूहळू थंड होतो आहे. कहुना आता ऋषीच्या पानांचा गंध माझ्या दिशेने आणू लागले. मी श्वास भरून तो गंध घेतला. त्यांनी परत त्याची राख माझ्या कपाळावर फासली आणि एक विलक्षण विद्युतप्रवाह माझ्या डोक्यामधून पायापर्यंत गेलेला मला जाणवला. माझे पाय अजूनही पाण्यातच होते. माझ्या डोक्यावर हळुवारपणे पाण्याच्या पाच बादल्या ओतण्यात आल्या. आता माझी त्वचा स्वच्छ झाली होती.

ढोलकीवाल्याने मला रांजणातून अलगद बाहेर काढले. त्याने मला एकशे ऐंशीच्या कोनात म्हणजे मी आधी बसले होते त्याच्या विरुद्ध बाजूला बसवले. दोन माणसांनी तो रांजण उचलून त्यातील पाणी अग्नीत टाकले. जोरात आवाज करून अग्नी विझला.

रात्र तरुण होती. निरभ्र आकाशात तारे चमचमत होते. कहुनांनी मला डोक्याला हलकेच थोपटले आणि ते माझ्यासमोर बसले. अग्निज्वाला अजूनही ओल्या राखेतून वर येण्याचा अयशस्वी प्रयत्न करत होत्या.

"निर्विकार पद्धतीने विष्ठा स्वीकारणे म्हणजे संपूर्ण आयुष्याचाच स्वीकार करणे होय. तुम्ही प्रक्रियेचा फक्त एक भागच स्वीकारू नाही शकत. मरण स्वीकारल्याशिवाय आयुष्य नाही जगता येत. पराभव स्वीकारल्याशिवाय माणसाला यश कळत नाही. जो आत्मा दोन्ही गोष्टी सारख्याच आत्मियतेने आणि आदराने स्वीकारतो, तो आत्मा विभागणी, तुलना आणि एककल्ली मतांपासून पूर्णपणे मुक्त असतो. तुझ्या शुद्धीकरणाच्या प्रक्रियेत तुझी चांगले किंवा वाईट आणि खरे किंवा खोटे अशी तुलना करण्याची क्षमता नाहीशी झाली कारण चांगले किंवा वाईट असे साचेबद्ध काहीही अस्तित्वात नाही. तुझे स्वीकारणे किंवा अव्हेरणे हे खरे आहे. जेव्हा तू स्वीकारतेस तेव्हा तुला समजते. जेव्हा तू अव्हेर करतेस तेव्हा तू एक विषारी अनुभव निर्माण करतेस. जो आत्मा पूर्वग्रह निर्माण करतो, तो स्वत:चे ध्येय प्राप्त करू शकणार नाही. कारण पूर्वग्रह निर्माण करणे, ध्येयप्राप्तीच्या आड येते. तू हा विधी स्वीकारलास कारण 'मी म्हणजे दुसरे तुम्हीच, हे तू फार छान जाणले आहेस.'"

व्यक्त करण्यापलीकडचे मला कळले होते. अग्नीत सगळ्या तुलना, दु:ख, कडवटपणा, पूर्वग्रह स्वाहा केले होते. मी त्यांचे निरीक्षण करून, त्यांना स्वीकारून प्रार्थनेच्या रूपात अग्निकुंडात सोडले होते. माझा आत्मा शुद्ध झाला होता.

"आज रात्री झऱ्याचेच पाणी प्यायचे. तुझ्या आत्म्याला जाणवलेली शुद्धता तुझ्या शरीरानेही अनुभवली पाहिजे," कहुनांनी मला कवेत घेत सांगितले. "तू परीक्षा पास झालीस," माझ्या पायांना हात लावत ते म्हणाले, "तुला जाणण्याने माझा सन्मान वाढला आहे."

माझा हात धरून, हळुवारपणे त्यांनी मला कॉटेजमध्ये नेले. कॉटेजमध्ये अंधार होता आणि ते रिकामे होते. बहुतेक सर्वजण झोपले असतील. मी खोलीत शिरले. आश्चर्य म्हणजे सगळे जागे होते. पहिल्यांदा रिकने मला एक शब्दही न बोलता कवेत घेतले. नंतर सेन आणि एमानेसुद्धा मला घट्ट धरून ठेवले. बराच वेळ त्यांनी मला सोडलेच नाही. माझे अश्रू गालावरून ओघळत होते. आम्हाला सगळ्यांना रडू आवरेना. हुंदके अबोलपणे सांगत होते, 'सॉरी, तुमच्याबद्दल पूर्वग्रह बाळगल्याबद्दल. मी तुम्हाला पूर्णपणे, तुम्ही जसे आहात तसे स्वीकारले आहे!'

"एमा, तू विधी सोडून का गेलीस?" मी एमाला विचारले. अजूनही मी हुंदके देत होते. एमाने मला ताजे पाणी प्यायला दिले.

"माझे सोडून जाणे हा या विधीचा एक भाग होता," माझ्याजवळ जमिनीवर बसत ती म्हणाली, "तुला विधी सोडून जायला उद्युक्त करण्यासाठी तसे करावे लागले. आपण नेहमी पूर्वग्रहांवरच आपले पुढचे आयुष्य ठरवतो. दुसऱ्यांची उगीचच टर उडवतो. दुसऱ्यांबद्दल वायफळ गप्पा मारतो. काय बरोबर आणि काय

चूक हे आपल्याला माहीत असते; पण समूहाची मानसिकता शेवटी आपल्याला खरी वाटते. इतरांनी आपल्याला एकटे सोडून जाणे आपल्याला सोसवत नाही. विशेषकरून जेव्हा विष्ठेला सामोरे जायचे असते तेव्हा; त्यामुळे सगळेजण तिच्यापासून दूर धावत सुटतात. आम्ही तेथून पळालो आणि तुलाही पळण्याची संधी उपलब्ध करून दिली. विष्ठेसोबत एकटे राहणे हे तुझ्यासाठी पहिले आव्हान होते आणि ते तू समर्थपणे पेललेस.''

रिक म्हणाला, ''बहुतेकजण नापास होतात; पण आत्म्याला कसेही करून मुक्तीचे ध्येय गाठायचे असेल तर अन्य लोक पळाले म्हणून तो पळून जाणार नाही. त्याचे ध्येय प्राप्त करण्याचे धाडस तो दाखवेलच.''

सेनने त्याचा हात माझ्या डोक्यावर ठेवला आणि मला जास्तच रडू आले.

काय माहीत, त्या दिवशी झोपी जाण्यापूर्वी मी एवढी का रडले! जसे, मी खूप काळ आत धरून ठेवलेली विष्ठा बाहेर पडत होती. कोणाची विष्ठा? माझी की आणखी कोणाची? मी नाही सांगू शकत आणि त्याला महत्त्वही नाही; पण माझ्या अश्रूंवाटे ती बाहेर पडत होती आणि मी शुद्ध होत होते.

■

माझ्या अनुभवांची शिदोरी : तुमच्यासाठी!

→ आयुष्यात आव्हाने महत्त्वाची असतात. आव्हानांशिवाय तुमची वाढ होत नाही किंवा तुम्हाला स्वतःचा शोध घेण्याची संधीही मिळत नाही.

→ तुम्हाला सर्वज्ञान कधीही प्राप्त होणार नाही. जसे तुम्ही प्रगती करता तसे ज्ञान प्राप्त होते. काही न करता आरामात बसून राहणे आणि सर्वज्ञानी होण्याची वाट पाहणे म्हणजे फक्त वेळ वाया घालवणे होय.

→ जेव्हा आयुष्य खडतर होते तेव्हा स्वतःची गती धिमी करा. वादळाला तोंड देताना थोडे नमते घेणे म्हणजे पराभव नसतो.

→ 'इच्छा असणे' हे 'तयार' असण्यापेक्षा जास्त महत्त्वाचे असते. 'तयार असणे' ही अध्यात्माची पहिली पायरी नाही. 'इच्छा असणे' ही पहिली पायरी आहे.

→ तुम्ही इतर कोणाला फसवत नाही, स्वतःला फसवत असता. स्वतःला फसवण्याची किंमत म्हणजे तुमचा कोणताच फायदा होत नाही. म्हणजे तुमच्या अनुभवाच्या शिदोरीतून ती गोष्ट पूर्णपणे वगळली जाते.

→ जेव्हा लक्ष केंद्रित नसते तेव्हा पराभव अटळ असतो.

→ यशस्वी होण्यासाठी शोकप्रदर्शन कामी येत नाही; पण आपल्या कृतीबाबत आपण घेतलेली खबरदारी आणि त्यावरचे नियंत्रण आपणास यशस्वी बनविते.

→ जबाबदारी मिठाच्या पाण्यासारखी असते. ते पाणी गिळणे खूप कठीण असते; पण तेच तुमच्या आत्म्याची शुद्धता आणि चारित्र्य ठरवत असते.

→ ताण म्हणजे कृती, हालचाल किंवा मुक्ततेसाठी दाखवलेला हिरवा कंदील होय.

→ जेव्हा तुम्ही तुमचे अवगुण स्वीकारता तेव्हा अप्रत्यक्षपणे तुम्ही दुसऱ्यांनाही तसेच करण्याची परवानगी देता. तुमच्या चुकांना तुम्ही क्षमा केली तर दुसऱ्यांच्याही चुकांना तुम्ही क्षमा कराल.

→ मी म्हणजे 'दुसरे तुम्हीच' आहात. मी वेगळी नाही. जर मी करू शकते तर तुम्हीही करू शकता.

→ आनंद आणि दु:ख या एकाच नाण्याच्या दोन बाजू आहेत. आयुष्याचे चक्र फिरण्यासाठी दोघांचीही आवश्यकता असते. ज्यात आनंद आहे म्हणून त्याचा स्वीकार आणि ज्या गोष्टीत दु:ख आहे तिच्यापासून लांब पळणे हे बरोबर नाही. दोन्ही गोष्टींकडे सारख्याच आदराने बघितले पाहिजे.

→ कोणत्याही गोष्टीबद्दल मत बनवण्यामुळे आपण आपल्या ध्येयापर्यंत पोहोचत नाही. जेव्हा तुम्ही मत बनवता, तुमच्या क्रियांचे वर्गीकरण करता तेव्हा तुम्ही तुमच्या ध्येयापासून दूर पळता.

→ पळपुटेपणा ही समुदायाची मानसिकता आहे; पण तुमच्या ध्येयाचा पाठलाग करायला धैर्य आणि चारित्र्य लागते, जे तुम्हाला मुक्तीचा मार्ग दाखवते.

ढोलकीवाल्याचा ढोल

सकाळी उठल्यावर डोके गरगरत होते. बहुधा झोप नीट झाली नसावी. आजूबाजूला बघितले तर सगळे पलंग रिकामे होते. मी नेहमीच शेवटी उठते! मला झोपायला आवडते आणि 'कालच्या' रात्रीनंतर झोप आवश्यकच होती. मोबाइलवरचा अलार्म कितीदा तरी 'स्नूझ'वर केला; पण शेवटी उठलेच! अलार्मशिवाय मी उठूच शकत नाही. काही वेळा मला वाटते की, जर मला झोपण्याचे स्वातंत्र्य दिले तर मी कधी उठणारच नाही. माझा भाऊ मला नेहमी चिडवतो, 'आता म्हातारी होते आहेस तू' आणि कधीकधी त्याचे बोलणे खरे वाटून मी घाबरतेही!

खूप कष्ट केले मी... अनेक वर्षे! फक्त कष्ट, कष्ट आणि कष्ट! त्यामुळे माझ्या तब्येतीवर परिणाम झाला. चारशे व्होल्टच्या उत्साहाने अतिशय वरच्या पट्टीतल्या ऊर्जेत मी माझे आतापर्यंतचे आयुष्य जगले. उत्कटता आणि वेड यामध्ये जी सूक्ष्म रेषा असते, त्या रेषेवर सतत चालत राहिले. आयुष्य म्हणजे एक उत्सव होता. कोणतेही काम असो, मी त्यात माझे उत्कट, गहिरे रंग भरले; पण आता त्या ऊर्जेला पकडून ठेवणे कठीण जाते आहे आणि त्यामुळे मला सकाळी लवकर उठणे कठीण जाते आहे.

उशिरा उठण्याचा एक फायदा म्हणजे बाथरूमवर पूर्ण ताबा मिळवता येतो. कोणीही दार ठोठावत नाही. मिठाच्या पाण्यामुळे माझ्या पोटाची थोडीशी गडबड झाली होती. आता बाहेरून कोणी दार ठोठावणार नाही याचे केवढे अप्रूप वाटले.

आज रुडला भेटणार होते. ढोलकीवाल्याच्या विधीसाठी तो येणार होता. मी त्याच्याबद्दल अगोदर एवढे ऐकले होते की, त्याला न बघताच तो मला आवडू लागला होता. रेड इंडियन जमातीमधल्या माणसासारखा दिसत असावा तो. कहुनांबरोबर वावरणाऱ्या वैद्य माणसांसारखे ओबडधोबड रूप असावे त्याचे. मी या विधीमध्ये सहभागी होण्यास अतिशय उत्सुक होते.

''हा विधी फक्त पुरुषांकरिता आहे,'' एमा म्हणाली.

मी तिला कडवा विरोध केला होता. शेवटी असे ठरले की, रुडच ठरवेल

कोणी सहभागी व्हायचे ते.

दात घासून मी अंघोळ केली. ब्लो ड्रायने केस वाळवले. मला छान दिसायला आवडते. तो एक प्रकारचा माझा छानसा विधीच आहे. सकाळी मी चांगले दोन तास माझ्यासाठी घालवते. मला तसे करायला आवडते. आरशात बघून मी हसले. मला न्याहाळत मी माझी तारीफ केली. आरशाच्या कडेला मी लिहून ठेवते– मी सुंदर आहे, मी तरुण आहे. माझ्यात प्रचंड ऊर्जा आहे, मी उत्कट आहे, मी प्रेममय आहे. या वाक्यांनी मी माझ्या आरशाच्या कडा सजविते. जेव्हा मी स्वत:ला आरशात न्याहाळते, तेव्हा स्वत:वर खूप प्रेम करते. स्वत:वरती प्रेम आणि गर्व यात सूक्ष्म अंतर आहे आणि हे मला सांगितलेच पाहिजे की, मी स्वत:वर खूप प्रेम करते. आज माझ्यावर प्रेम करण्यात मी सकाळ घालविली.

मी खाली न्याहारीसाठी आले. गव्हाचा ब्रेड आणि कॉफी उरली होती. त्याचे मला काही वाटले नाही कारण उशिरा येण्याचे, हेच परिणाम असणार! मला माहीत होते, उशिरा येण्यामुळे मला न्याहारी मिळणार नाही आणि उरलेसुरले खावे लागणार. माझा कॉफीचा मग, उरलेला ब्रेड आणि ट्रेमध्ये असलेले सफरचंद घेऊन मी बाहेर पडले.

बाहेर गारठा होता, पण मी मेरीचा फरकोट घातला होता. कॉफी पीत असताना मेरी मागून आली. "तू रुडला भेटायला नाही गेलीस?" तिने विचारले.

"तो इथे आहे?" उरलेली कॉफी एकदम गिळल्याने जिभेला चटका बसला.

"होय, तो सकाळीच आला आहे. प्रत्येकाला त्याला भेटायचे होते," टेबलावरचे कॉफीचे मग घेऊन ती आत गेली.

जेव्हा मी झोपलेली असते तेव्हा बाहेरचे जग मला मागे टाकून पुढे निघून जाते. मला रुडला भेटायचे होते. त्याच्यावर चांगली छाप पाडायची होती. कारण मला विधीत सहभागी व्हायचे होते. मी एमाला सांगितले होते की, त्याचे स्वागत करायला मी जाईन; पण माझा शब्द मी पाळला नव्हता. रुडवर चांगली छाप पाडायची संधी मी गमावली होती आणि निश्चितपणे एमा माझ्या झोपेबद्दल काहीतरी बोलली असणार. मला उठायला खूप वेळ लागतो, हे तिने नक्कीच सांगितले असणार.

"पहिल्या फेरीत पराभव!" मनात विचार आला. "आता पुढच्या खेळीची तयारी कर." सफरचंद खात मी वर धावपळ करणाऱ्या ढगांकडे बघत होते. निरभ्र आकाशात जसे कापसाचे पुंजके विखुरले होते. काही गरुड पक्षी इकडे तिकडे झेपावत मुक्त विहार करत होते. बरेचसे पक्षी झाडांवर आणि आकाशात उडताना बघितले होते; पण गरुड पक्षी तो गरुड पक्षीच! त्याला मुक्त विहार आवडत असावा आणि म्हणूनच एवढ्या सहजपणे तो उडतो. जर मला गरुड पक्ष्याशी

बोलण्याची संधी मिळाली आणि मी त्याला विचारले की, तू दिवसभर सतत का उडत असतोस तर तो नक्की म्हणेल, ''कारण मला आकाश आवडते.'' प्रेम! माझ्या आयुष्याची ऊर्जा मला प्रेमातूनच मिळते आणि माझ्या आयुष्याची संपूर्ण तीस वर्षे मी जे केले त्यात माझ्यातील असीम प्रेमाचे गहिरे रंग भरले.

''दिवास्वप्न पाहते आहेस?'' रिक कुंपणावरून उडी मारून माझ्याजवळ येत म्हणाला. मी हसले. मला कोणतेच उत्तर देण्याची गरज वाटली नाही. मी प्रेमात बुडाले होते; पण रिकच्या मागून लोकांचा घोळका आला; त्यामुळे मी उठून उभी राहिले.

''रुड येथे आहे'' रिकने सांगितले. एमाबरोबर पाच माणसे येत होती. त्यातील रुड कोण असेल? माझ्या मनात आले. ती सर्व माणसे खेडूत दिसत होती. त्यांनी ढगळ खाकी पायजमे आणि ढिले शर्ट घातले होते. सगळ्यांचे केस काळेभोर आणि लांब होते.

''मी रुड आहे,'' एक माणूस हात पुढे करत बोलला. तो सहा फूट तीन इंच उंच, मजबूत बांध्याचा आणि लांब भुऱ्या केसांचा होता. त्याने केसांचा बुचडा बांधला होता आणि चौकोनी चश्मादेखील! मी कसेबसे त्याला हॅलो म्हटले.

''तुला भेटून छान वाटले. जेव्हापासून मी आलो तेव्हापासून मी सतत तुझ्याबद्दल ऐकतो आहे; त्यामुळे तुला भेटण्याची तीव्र इच्छा होती,'' रुड अतिशय आपुलकीने हसत म्हणाला.

अरेच्चा! हेच तर मला सांगायचे होते! त्याने जणू माझेच शब्द वापरले. मी नि:शब्द झाले. मला वाटते, जेव्हा तुम्ही अति विचार करता, पुढची अति आखणी करता आणि जास्तच सराव करता, तेव्हा थोडे जरी वेगळे घडले तरी तुम्हाला सुचेनासे होते; पण जर प्रत्यक्ष जसे घडते त्याच ओघात तुम्ही स्वत:ही गेलात तर तुम्हाला सर्वोच्च परस्परसंबंध अनुभवायला मिळतात.

''तुम्हा लोकांसाठी कॉफी आणि न्याहारी घेऊन येते,'' एमा कॉटेजमध्ये जात म्हणाली. मी काही बोलायच्या आत ती चार माणसे रिकबरोबर निघूनही गेली.

रुडचे बेल्जियममध्ये दुकान होते. तो सेंद्रिय अन्न आणि औषधी वनस्पती विकतो. त्याचा विश्वास आहे की, निसर्गामध्येच सर्व औषधी घटक आहेत आणि तो स्वत: कधीच कृत्रिम औषधे घेत नाही. रुडचे सबंध कुटुंब निसर्गनियमांनुसार वागते आणि उपजीविकेसाठी रुडला मदत करते. त्याची बायको शेती बघते आणि त्याची मुले त्याच्या सेंद्रिय वस्तू स्वित्झर्लंड व बेल्जियम इथे विकतात. मार्टिनप्रमाणेच रुडही ढोलकीच्या माध्यमातून आध्यात्मिक प्रक्रियेचे नेतृत्व करतो आणि ढोलकीच्या माध्यमातून आध्यात्मिक प्रगतीच्या विधीसाठी त्याचे नाव घेतले जाते. नफ्यासाठी हे विधी तो करत नाही. त्याला आतून वाटते की, लोकांना बरे करून आपण आपले

ऋण चुकवले पाहिजे. यासाठी रुड अनेक शहरांत हिंडतो आणि काही वेळा कोणी विनंती केली तर दुसऱ्या देशांनाही भेट देतो.

"तू येथे कशी आलीस?" रुडने विचारले. त्याची नजर एवढी आरपार होती की, ती डोळ्यांमधून उतरून थेट माझ्या आत्म्याला भिडली.

"माहीत नाही," मी सांगितले. बहुधा माझे हे ठरलेलेच उत्तर असते - "मला माहीत नाही."

"जर तुला माहीत असेल तू येथे का आहेस, तर काय उत्तर असेल तुझे?" माझ्या डोळ्यांत खोल बघत रुड म्हणाला.

"हं! मी इथे आहे कारण मला प्रगती करायची आहे. मला जाणून घ्यायचे आहे की, मी कोण आहे आणि या ग्रहावर मी का आले आहे?" मी म्हणाले आणि माझ्या कबुलीजबाबाबद्दल माझे मलाच आश्चर्य वाटले. केवढे खरे आणि नेमके उत्तर होते ते! मी जरी या गोष्टीचा विचार केला नसला तरी मी उत्तर देऊ शकले होते. कारण माझ्यापाशी असलेल्या ज्ञानसंचयातून ही माहिती बाहेर पडली असणार. आणि तुम्हाला काय वाटते; या दोन गोष्टींमध्ये खूप फरक आहे. तुमचा ज्ञानसंचय, तुमच्या कल्पनेपेक्षा कितीतरी अधिक असतो.

"खूपच छान! आयुष्यात कोणत्याही क्षणी प्रत्येकजण या प्रवासाची सुरुवात करतो. काहीजण मधेच पराभूत होतात. स्वत:शीच लढा देण्याचे आव्हान ते पेलू शकत नाहीत; पण काही चिकाटीने आणि बेमुर्वतपणे 'स्व'च्या पलीकडे जाऊन प्रवास करतात. नश्वर शरीरामधील झोपलेला आत्मा त्यांना भेटतो. तू इथपर्यंत आलीस ही कौतुकास्पद गोष्ट आहे. तू अतिशय चिकाटीची स्त्री आहेस. तू एक अपवादात्मक व्यक्ती आहेस. जे तुला पाहिजे ते मिळते," रुड खूप आतून बोलत होता. जशी काही त्याला मी संपूर्ण माहीत होते.

मी शांत होते. मला कळेना काय बोलावे. अर्धवट खाल्लेले सफरचंद काळसर पडले होते आणि एक कावळा त्याकडे नजर रोखून पाहत होता. मी ते कावळ्याच्या दिशेने फेकले आणि जमिनीवर पडण्याआधी त्याने ते चोचीत धरले. कावळ्याला जे पाहिजे ते मिळाले होते. जर तुम्ही चिकाटी दाखवलीत तर तुम्ही जिंकता. कावळ्याला सफरचंद मिळाले म्हणून मी उपाशी राहिले असे नाही. माझ्या आत्म्याची भूक शांत होत होती; त्यामुळे सफरचंदाची काय गरज होती? देवाणघेवाणीत काही दिले तर तुम्ही रंक होत नाही आणि काही मिळाले म्हणून तुम्ही श्रीमंत होत नाही. एक गोष्ट दुसरीकडे जाते, तेवढाच तो दृष्टिकोनातील बदल!

"तुला या विधीत का सहभागी व्हायचे आहे?" रुडने मला सरळ विचारले. खिशात हात घालत, एक सिगारेट बाहेर काढत तो म्हणाला, "हे एकच पाप मी करतो." आणि कसेबसे हसला.

"मला माहीत नाही..." मी सुरुवात केली पण मला हसू आले. "पण जर मला माहीत आहे की, मी हा विधी का करू इच्छिते, कारण माझ्या आत्म्याला मुक्ती देण्याची प्रक्रिया मला अनुभवायची आहे. मला मुक्ती पाहिजे. मला आतमध्ये, खोलवर अडकल्यासारखे वाटते. मला वाटते की, मी मुक्त नाही. मला वाटते की, माझ्यावर अनामिक ओझे आहे आणि मी जे करू इच्छिते ते होत नाही. ते कोणते अनामिक ओझे आहे हे मला माहीत नाही; पण ते मी झुगारू शकत नाही. जेव्हा मला जे पाहिजे आहे ते करू शकत नाही तेव्हा ते मला जाणवते. जेव्हा मी काहीही केले नसताना लोकांनी केलेले दोषारोप सहन करते, तेव्हा मला ते जाणवते. जेव्हा मला वाटते, आपण कधीच महान बनू शकणार नाही तेव्हा मला ते जाणवते. मला मुक्तता हवी आहे. मी या पिंजऱ्यात नाही जगू शकत. या ओझ्याखाली नाही दबायचे मला. यातून मुक्ती मिळविण्यासाठी मी वाटेल ते करीन," श्वास घेण्यासाठी मी थांबले.

"तुम्ही मला तुमच्या विधीमध्ये सामील कराल?" मी अजिजीने विचारले.

"मी कोण आहे तुला सामील किंवा बाद करणारा? ती तुझी इच्छा आहे. मी तर फक्त विधी घडविणारा आहे," रुड म्हणाला.

मग सोपे आहे. मी विचार केला. एमाने सगळे किती कठीण करून सांगितले होते. ती म्हणाली होती की, फक्त पुरुषच या विधीमध्ये सहभागी होऊ शकतात, बायका नाही. जर मी याबद्दल बोलले असते तर एमाची चुगली केल्यासारखे झाले असते. मी शांत बसले कारण मला स्वीकारले गेले यातच मी खूश होते. मी मनाशी जे काय बोलायचे ठरवले होते ते सगळे वाया गेले.

जेव्हा आपण इतरांच्या नजरेतून सत्यता पडताळतो तेव्हा असेच होते. ती कधीच सारखी नसते. जेव्हा लोक आपल्याला त्यांच्या नजरेतून वस्तुस्थिती सांगतात, तेव्हा आपल्यालाही तसेच वाटू लागते. दुसरे तिसरे कोणी नाही; पण तुम्हीच तुमची स्वतःची वस्तुस्थिती पडताळू शकता. मी प्रत्येक प्रसंग आठवले जेव्हा मला माझ्या नातेवाइकांनी, मित्रांनी अमुक एका गोष्टीबद्दल किंवा नातेसंबंधांबद्दल किंवा जागेबद्दल सावध केले होते; पण माझा स्वानुभव त्यांच्यापेक्षा वेगळा होता. जेव्हा लोक सल्ला देतात किंवा मत व्यक्त करतात तेव्हा ते त्यांच्या नातेसंबंधांवर किंवा त्यांच्यावर आलेल्या प्रसंगावर भाष्य करतात. तुमचे नातेसंबंध आणि तुमच्या कृती यावर तुमचाच ठसा असतो. आपण दुसऱ्यांच्या मतांप्रमाणे किंवा सल्ल्याप्रमाणे वागलो तर त्यांच्यासारखेच नातेसंबंध किंवा प्रसंग अनुभवायला मिळतात. नातेसंबंध जोखण्याचा सर्वांत उत्तम मार्ग म्हणजे त्याकडे स्वतंत्र आणि वस्तुनिष्ठपणे पाहणे.

"आपण उद्या हा ड्रमचा विधी सुरू करायचा का? आपल्याला आज बरीच तयारी करावी लागेल." रुड उत्तराची वाट न बघताच म्हणाला.

एमा कॉफीचे मग घेऊन बाहेर आली. कॉफीचा ताजा सुगंध सगळीकडे पसरला. त्याबरोबर टोस्ट आणि त्यावर भाजलेले बीन्स् होते. मी हे सगळे खायला उत्सुक होते. "तुला जे पाहिजे ते मिळतेय ना?" एमा हसत म्हणाली.

मीही हसले. कारण मी खूश होते. कधीकधी शब्दांपेक्षा हास्यानेच आपण बरेच काही बोलून जातो.

खाता खाता आमच्या गप्पाही रंगल्या. रुड बेल्जियमहून सहा दिवसांसाठी आला होता. ध्येयापेक्षा ध्येय साध्य करणारा प्रवास महत्त्वाचा आहे असा त्याचा विश्वास होता. तंत्रज्ञान आणि आधुनिक जीवनाच्या धकाधकीमुळे या प्रवासाची मजाच निघून जाते, असे त्याला वाटते. प्रवासातच प्रगती होते; ध्येय साध्य केल्यावर नाही. येथे येण्याचा त्याचा उद्देश आध्यात्मिक उन्नती हाच आहे, असा त्याला विश्वास आहे.

अजाणतेपणी मीही माझे प्रवास आनंदात केले आहेत. विमानप्रवासात मी लिहिते किंवा वाचते. मी कधीच झोपत नाही. मला नवीन गोष्टी आत्मसात होत असतील तर मी आनंदी होते. मला खिडकीजवळ बसायला आवडते, मग तो प्रवास कोणताही असू दे. खूश होऊन उड्या मारणाऱ्या पिल्लासारखी माझी अवस्था असते. जेव्हा मी प्रवासात असते तेव्हा जिवंत आणि उत्साहाने सळसळत असते. मला प्रफुल्लित वाटते, मनात नवीन विचार येतात. आजही जेव्हा मला उत्साही वाटत नाही, तेव्हा मी गाडी काढून फेरफटका मारून येते. फेरफटका मारल्यावर खूप उत्साही वाटते.

"तुम्ही सगळे विधीसाठी तयार आहात का? की झोपायचे आहे तुम्हा सगळ्यांना?" रुडने हसत विचारले.

एमाला खूप हसू आले.

"तिचे उठणे हा एक विधीच आहे," रुडला ती गमतीने म्हणाली. "अलार्मला सहा वेळा तरी ओरडावे लागते."

मी तिच्याकडे वाईट कटाक्ष टाकत तिला धावत जाऊन पकडायचा प्रयत्न केला. ती हसत हसत कॉटेजकडे पळाली.

"होय, मी तयार आहे आणि जागीही," रुडकडे पाहत मी हसले.

"चला तर मग..." तो उठत म्हणाला.

शेत ओलांडून आम्ही मोकळ्या माळरानात गेलो. त्याच्याबरोबर चालताना मला अक्षरशः पळावे लागत होते. पाच फूट दोन इंच असलेल्या माझ्यासारखीला त्याला गाठणे कठीण होत होते. दूरवर मला एक रस्ता दिसला. आम्ही महामार्गावर पोहोचत होतो.

"ड्रमच्या विधीमध्ये सहभागी होण्यासाठी तुला तुझा ड्रम बनवावा लागेल,"

रुडने सांगितले.

"ओह! म्हणजे मला असं म्हणायचंय की, कसा बनवायचा ड्रम?"

"तू बघशील आता," रुड म्हणाला. तो दूरवर काहीतरी शोधत होता. "ते बघ!" महामार्गावरील माणसांकडे बोट दाखवत तो म्हणाला.

त्या महामार्गापासून आम्ही चार मीटर दूर होतो. मी रिक आणि चार लोकांना त्या रस्त्याच्या कडेला उभे असलेले पाहिले. झाडाजवळ छोट्याशा हातगाड्या, काही फावडी आणि पोती होती.

आम्ही जवळ गेलो. रिक हसत उभा होता. 'तुला जे पाहिजे ते मिळते आहे ना?' असा प्रश्न विचारणारे त्याचे हसणे होते. मला या विधीसाठी परवानगी मिळाली ही एवढी महत्त्वाची गोष्ट असेल असे मला वाटले नव्हते.

रुड त्या चार माणसांशी डच भाषेत संवाद साधत होता आणि ते चारजण मान हलवीत होते. नंतर तो मागे वळला आणि त्याने मला त्याच्याबरोबर बसण्यास सांगितले. महामार्गावर फारशी वर्दळ नव्हती. पाच ते सात मिनिटांनी एखादी गाडी यायची. मुंबई किंवा न्यू यॉर्कमध्ये केवढी वर्दळ असते! बर्चच्या सुंदर झाडाखाली मी रुडसमोर बसले.

"तुला ड्रम बनवण्यासाठी एखादे जनावर शोधावे लागेल," रुड म्हणाला.

माझे काळीज हलले, पोटात कालवाकालव झाली आणि मला कसेतरीच वाटू लागले. शरीराचा मनाशी केवढा संबंध असतो!

मला शिकार करावी लागेल? माझा आत्मा शरीराच्या आत आक्रंदन करू लागला. एमाने बरोबर सांगितले होते की, हा पुरुषांचा विधी आहे. आयुष्यभर मी शाकाहारी राहिले. मला प्राणी जिवंत असताना आवडतात, माझ्या ताटात वाढलेले आवडत नाही. प्राण्यांचे संरक्षण करणाऱ्या अनेक संस्थांमध्ये मी कार्यकर्ती आहे. भटक्या, टाकून दिलेल्या प्राण्यांची मी काळजी घेते. मला वाटते, शहरीकरणाच्या नावाखाली आपण या प्राण्यांचे घर हिसकावले आहे आणि त्यामुळे हतबल झालेल्या कुत्र्याला, मांजरीला तर मी संरक्षण देऊच शकते! आणि येथे, माझ्या आत्म्याच्या मुक्तीकरिता एका प्राण्याचे बलिदान होणार होते!

असे वाटले, पळून जावे आणि परत कधी येऊ नये. माझ्या हातून चूक झाली. मी चुकीच्या गोष्टीची इच्छा धरली. यापूर्वीही परिणामांची तमा न बाळगता, अनेकदा मी चुकीच्या गोष्टींची कास धरली होती. ज्या गोष्टीसाठी मी कडवी झुंज दिली, ती गोष्ट मला नकोच होती! शेवटी जे साध्य केले ते व्यर्थ होते. त्यासाठी केलेला प्रवास, प्रयत्न सर्व काही फोल होते.

निस्तेजपणे, थिजून मी झाडाखाली बसले.

"तू ठीक आहेस ना?" रुडने विचारले.

"मला माहीत नाही," माझ्या घशातून कसाबसा आवाज निघाला.

"तुझा ड्रम बनवायला तुला प्राणी शोधावा लागेल." जॅक्स हातगाडीसह महामार्गावर तुझ्यासमवेत असेल आणि रस्त्यावर मरून पडलेले जनावर तुला उचलावे लागेल.

"काय?" माझ्या हृदयाचे ठोके मला स्पष्ट ऐकू येत होते. "रस्त्यावरचे मेलेले जनावर?" माझ्या आवाजात आता थोडी ऊर्जा आली होती.

"आम्ही या विधीसाठी प्राण्यांना मारत नाही; पण आम्ही अपघातात मेलेल्या प्राण्याचे आध्यात्मिक कर्म या विधीमध्ये वापरतो. ऐक, या मागे काय विचार आहे ते. कोणत्याही जिवंत व्यक्तीसाठी मरण नैसर्गिक असते. याचाच अर्थ प्रत्येक जिवंत प्राण्याला मरणाचा अर्थ कळण्याचा अधिकार आहे. मरणाच्या दारात उभ्या असलेल्या व्यक्तीला मरणाचा अर्थ कळतो. जेव्हा गरुड पक्षी माळरानात उंदराचा पाठलाग करतो तेव्हा उंदराला मरणाचा अर्थ कळतो. गरुड पक्ष्याने अखेरची झेप घेण्याअगोदरच उंदराला 'मरण' कळलेले असते. जेव्हा गरुड पक्षी त्याच्या तीक्ष्ण पंज्यांनी त्याला ओरबाडतो, तेव्हा उंदराचा आत्मा शरीरातून मुक्त होतो; पण जेव्हा अपघातात केवळ एका धक्क्याने मृत्यू ओढवतो, तेव्हा त्या प्राण्याला 'मरण' कळत नाही आणि आत्माही मुक्त होत नाही. रस्त्यावरच्या मेलेल्या प्राण्याला तू शोध आणि जॅक्स तुला 'जागा शुद्धीकरणा'च्या विधीमध्ये मदत करेल. या विधीमुळे त्या जागेची गोंधळलेली अवस्था नाहीशी होईल आणि प्रवाशांना सरळ व सोपा मार्ग दिसेल. त्या प्राण्याचे शरीर तू हातगाडीवर ठेवशील आणि येथे विधीकरता आणशील. आम्ही त्याच्या आत्म्याला मुक्त करू आणि त्याचे शारीर अवशेष आध्यात्मिक प्रार्थनेच्या प्रक्रियेकरिता वापरू." रुडने समजावून सांगितले.

मला ती 'बोलणारी छडी' आठवली आणि त्यामुळे रुड मृत प्राण्यांच्या शारीर अवशेषांबद्दलची जी आध्यात्मिक प्रक्रिया सांगत होता ती कळण्यास अडचण आली नाही.

रुडबरोबर मीही उठले. गैरसमजुतींमुळे झालेल्या भावनिक उद्रेकामुळे अजूनही मी आश्चर्यचकित होते. थोडे गरगरल्यासारखेही वाटत होते. कितीतरी वेळा मी दुसऱ्या माणसांचे विचार समजून न घेता माझे स्वत:चे निष्कर्ष काढले आहेत! आणि कितीतरी वेळा दुसऱ्या माणसांना जास्त बोलूही न देता, त्यांच्याबद्दल मते बनवली आहेत. जर मी माझ्या मर्यादांमध्ये राहूनच विचार केला असता तर मी स्वत:हूनच आध्यात्मिक मुक्तीचे द्वार बंद केले असते.

काही कळण्याच्या आतच हसतमुख जॅक्स माझ्यासमोर उभा राहिला. त्याने या विधीमध्ये सहभागी होणारी पहिली स्त्री पाहिली असावी.

"तुझ्यावर ईश्वरी कृपा आहे," तो म्हणाला.

पहिल्या भेटीतच मला मिळालेली सर्वांत मोठी पावती आणि त्याने म्हटले म्हणून मी विश्वासही ठेवला. आपण कितीदातरी लोक जे म्हणतात त्याची चिरफाड न करता ते प्रमाण मानतो. आपण त्यांच्यावर विश्वास नाही ठेवला तरी मनावर परिणाम होतोच. जेव्हा लोक सांगतात तुमचे वजन वाढले आहे, तुम्ही थकलेले दिसता आहात; आपण विश्वास ठेवतो. कधी कधी मला वाटते की, मनुष्य हा पृथ्वीतलावरचा सगळ्यात मूर्ख प्राणी आहे. कोणताही तर्क न लावता तो कृती करतो आणि जास्त ऊहापोह न करता चटकन विश्वास ठेवतो. एकदा मी माझ्या कुत्र्याला सांगितले, तू थकलेला दिसतोस. त्याने माझ्या तोंडापर्यंत उसळी मारत मला चाटायला सुरुवात केली. माझ्या मताचा त्याच्यावर अजिबात परिणाम झाला नाही; पण दुसऱ्यांच्या मतांचा मात्र आपल्यावर खोलवर परिणाम होतो.

मला फारच उत्साही वाटत होते. मला 'जे पाहिजे ते मिळते' आणि ईश्वरी कृपाही आहे. नव्या आयुष्याची सुरुवात फारच आशादायी होती. माझा आत्मा सर्व काही ऐकत होता.

जॅक्स आणि मी महामार्गावरून हातगाडी, फावडे आणि लाकडाच्या ढलप्या घेऊन चालू लागलो. ऋषीच्या पानांचा गंध मला परिचित झाला होता आणि जॅक्सच्या शर्टाच्या खिशातील आगपेटीही मी बघितली. गाडी जवळून गेली तसे जॅक्सने माझा हात ओढत मला थोडे आत घेतले.

''तुला या हातगाडीवर ठेवायचे नाही मला,'' तो हसत हसत म्हणाला.

''ड्रम बनविण्यासाठी आता आपण मृत जनावराच्या शोधात आहोत. अडकलेले आत्मे मुक्त करण्याचा प्रयत्न म्हणजे अतिशय ममताळू कृती,'' जॅक्स प्रेमाने ओथंबून म्हणाला.

रिक आणि इतरही आमच्यासमोरच हातगाडी घेऊन रस्त्याच्या दुसऱ्या बाजूने चालले होते. तेसुद्धा सर्वजण विधीत सहभागी होणार असतील, मी अंदाज केला.

''या महामार्गावर बरेच प्राणी मरतात का?'' संवाद साधण्याच्या हेतूने मी जॅक्सला विचारले.

''मला माहीत नाही,'' तो दूरवर बघत म्हणाला.

''तू वैद्य आहेस का?'' मी माझे संभाषण सुरू ठेवले.

''नाही,'' तो हसला, ''मी बेल्जियमच्या छोट्याशा हॉटेलमध्ये काम करतो. मी रुडबरोबर आलो आहे. मला त्याच्या विधीमध्ये सहभागी व्हायला नेहमीच आवडते आणि यावेळी तो म्हणाला, मी माझी सेवा देऊ शकतो. इथे येण्याची मला नामी संधी मिळाली म्हणून मी इथे आलो आणि माझे भाग्य असे की, मी तुला सेवा देतो आहे.'' तो माझ्याकडे पाहून आपुलकीने हसला. माझी सेवा करणे हा जणू त्याचा बहुमान होता.

''जेव्हा तुम्ही मुक्ती अनुभवता, तेव्हा दुसऱ्यांना मुक्ती मिळण्यासाठी मदत करणे गरजेचे असते,'' तो बोलतच होता.

''मला कोल्हा सापडला,'' माझ्या समोरून कोणीतरी ओरडले. तो रिक होता. ते चारजण आणि रुड गोळा झाले. खूप छान कोल्हा होता तो. त्याला जाऊन फार काळ झाला नसेल. त्या माणसांनी त्याचे जड शरीर पायांना पकडून उचलले. कुठे रक्त सांडले नव्हते. तो शॉकने मेला असावा. मृत जनावर एवढ्या जवळून मी पहिल्यांदाच बघत होते. माझा श्वासच अडकला. खूप सुरेख होता तो कोल्हा. कोणाच्यातरी प्रवासात त्याचा प्राण गेला. दोन मार्ग चुकीच्या वेळी जंक्शन क्रॉसिंगला एकत्र आले आणि त्याचा प्राण गेला.

''तुमचा शोध चालू ठेवा,'' रुडने आमच्याकडे पाहून हात हलवला. मला तिथे उभे राहून ते पुढे काय करतात हे पाहायचे होते; पण मला जेव्हा जनावर सापडेल तेव्हा कळेलच.

''मला बीव्हर दिसला,'' कोणीतरी ओरडले.

''मला कोल्हा सापडला,'' दुसरीकडून आवाज आला.

मला काय मिळेल, कोण जाणे. अचानक मी गंभीर झाले. कोल्हा मेल्यानंतरही किती सुंदर दिसत होता. त्याची प्रतिमा माझ्या मन:चक्षुंसमोरून हटेना!

आम्ही चालत असताना मला थोड्या अंतरावर काहीतरी दिसले. बाकीच्या लोकांना ते जनावर दिसले नसणार.

''बघ, तिथे मेलेले जनावर दिसतेय.''

जॅक्सने जास्त लक्ष दिले नाही. आणखी थोडे पुढे गेल्यावर मी झुडपांच्या बाजूने चालू लागले. जॅक्स काय माहीत कुठे गेला. एका झुडपाजवळ रानमांजर मरून पडले होते. खूप वेळापूर्वी त्याचा अंत झाला असावा. काळपट रक्त त्याच्या छातीला चिकटले होते. तेथे उघडी पडलेली जखम वाळलेली दिसत होती. तिचे डोळे आणि तोंड उघडे होते. शरीर ताठरलेले होते. भयचित्रपटांत जशी मांजर असते तशीच ती दिसत होती.

''हे बघ, ती रानमांजर आहे.'' मी जॅक्सला सांगितले. माझ्या चेहऱ्यावरची काळजी त्याला दिसली.

''हं. तू शोधले तिला. चल, आता उचलू या तिला.'' तो हातगाडी घेऊन जवळ आला.

मला कबूल केलेच पाहिजे की, माझ्या शोधाबद्दल मला फारसे ग्रेट वाटले नाही. इतर लोकांना कोल्हे, बीव्हर सापडले होते. मलाही असाच छानसा प्राणी शोधायचा होता; पण शेवटी ही रानमांजर मिळाली. याआधी मी मांजरे बघितली होती; पण कोल्हे, बीव्हर कधी बघितले नव्हते. मला मांजर नको होती. कोणतेतरी

जगावेगळे, सुंदर जनावर पाहिजे होते; पण ती रानमांजर होती.

जॅक्स मांजरीजवळ थोडा वाकून उभा राहिला आणि त्याच्या छोट्या पिशवीतून त्याने लाकडाच्या ढलप्या काढल्या. नंतर प्रवाळाचे कवच जमिनीवर ठेवून, ऋषीची पाने कुटली आणि आगकाडी पेटवली. पानांतून धूर आल्यावर, तो धूर त्या मृत प्राण्याकडे हाताने वळवत तो मंत्रोच्चार करू लागला. मला कळेना, उभे राहायचे की बसायचे; म्हणून मी जवळच उभी राहिले. त्या मृत मांजरीच्या चेहऱ्याकडे बघणे मी टाळत होते.

दोन मिनिटे मंत्रोच्चार केल्यानंतर जॅक्सने हळुवारपणे त्या मांजरीला हातगाडीवर ठेवले. तिच्यावर पोते टाकले. परत खाली वाकून ती जागा ऋषीच्या पानांनी राखेने झाकली आणि उरलेला धूर जिथे ती मांजर निपचित पडली होती तिथे हाताने वळवला. एक शब्दही न बोलता त्याने हातगाडी वळवली. मी त्याच्यामागून जाऊ लागले.

यावेळी मला वाटत होते, काहीतरी अयोग्य घडले होते. जॅक्स आतून हेच सांगत असावा, असे मला जाणवले. ''काय झाले?'' मी विचारले.

''आम्ही कधी मांजरीच्या त्वचेचा ड्रम बनवत नाही,'' जॅक्सने उत्तर दिले.

'ओह! मग आता मी या विधीतून बाद होणार? मला संधी मिळणार नाही विधीमध्ये सहभागी होण्याची? हे संपले होते का? मांजर सापडणे हे अशुभ लक्षण आहे का? मलाच का नेहमी चुकीची गोष्ट सापडते? माझ्यात काय वाईट आहे?'

जॅक्सच्या एका वाक्याने माझे मन सैरभैर झाले. मनात नकारात्मक विचार येऊ लागले. मी अशीच आहे. जेव्हा कोणी मला 'वेगळी' मुलगी म्हणतात, तेव्हा मला वाटते की, मी अतिशय वाईट मुलगी आहे. जर कोणी माझ्याविरुद्ध बोलले किंवा लक्ष दिले नाही तर मी दुःखाच्या गर्तेतच जाते.

''म्हणजे याचा अर्थ काय?'' अतिशय वाईट उत्तर ऐकण्याची मी तयारी केली होती.

''मला माहीत नाही. रुडच याचे उत्तर देईल,'' जॅक्सने खरे ते सांगितले.

मला आता रुडला तोंड दाखवायचे नाही. सर्वांना छान जनावरे मिळाली. मला मात्र लांब मेलेली आणि कुजलेली रानमांजर मिळाली. आता मला कळले की, सगळ्यांनी त्या मांजरीकडे का दुर्लक्ष केले. मांजरीच्या कातड्याचा ड्रम बनवतच नाहीत; पण कोणीतरी मला सांगायला पाहिजे होते काय शोधायचे ते. त्याहून महत्त्वाचे म्हणजे काय शोधायचे नाही! कमनशिबी होण्याच्या भीतीचे आता रागात रूपांतर झाले आणि ज्यांनी योग्य सल्ला दिला नाही त्यांचा मला खूप राग आला.

माझ्या प्रत्येक दुःखी प्रसंगात मी नेहमी त्याला कारणीभूत व्यक्ती शोधते. माझ्या आयुष्यातील प्रत्येक चुकीला कोणीतरी कारणीभूत आहे, असे मानून मी

माझे समाधान करून घेते. जर माझी चूक असेल तर मला लाज आणि भीती वाटते. जर दुसऱ्या कोणाला दोष दिला तर त्याचा राग येतो. लाज, भीती आणि रागामधील हा प्रवास निरंतर सुरूच आहे. कोणती भावना जास्त बळावली? माहीत नाही; पण माझी परिस्थिती मीच बिकट करून घेतली.

जिथून सुरुवात केली होती तेथे आम्ही पोहोचलो. बाकीचे सर्वजण तेथे अगोदरच पोहोचले होते. रुडच्या सिगारेटचा धूरही मी बघितला. तो आमच्याजवळ येऊ लागला आणि मला वाटू लागले की, आता धरणीमातेने मला पोटात घेतले तर फार बरे होईल.

आम्ही भेटल्यावर रुडने स्मितहास्य करत आलिंगन दिले.

''चला आता,'' अजूनही त्याचा हात माझ्या खांद्यावरच होता.

आम्ही शेतात पोहोचलो. मी मांजरीला माझ्यासोबत आणले नव्हते आणि त्यानेही तू काय आणलेस म्हणून विचारले नाही. प्रवासात आम्ही सगळेच शांत होतो आणि मला तर आजारीच वाटू लागले होते.

सूर्य मध्यावर येऊ लागला आणि हवा खेळकर होती. मी माझा कोट काढून कॉटेजच्या बाहेरील खुर्चीवर लटकवला.

जॅक्स आणि रिकने झाडाखाली सर्व हातगाड्या ओळीने लावल्या होत्या. हातपंपाच्या पाण्याने आम्ही सर्वांनी हात-पाय स्वच्छ धुतले. प्रत्येकजण शांत होता. फक्त इतरांकडे बघून हसून त्यांच्या अस्तित्वाची दखल घेत होता.

बगिच्यात आल्यावर मी टेबलाजवळ बसून दूर आकाश न्याहाळू लागले. रुड माझ्या बाजूला बसला. त्याला सिगारेटचा वास येत होता.

''आपण थोड्याच वेळात कातडी सोलण्याचे काम सुरू करू. तू हे काम करण्याची जरुरी नाही. जॅक्स करेल तुझ्याकरता.'' तो म्हणाला.

ते काम करावे लागणार नाही म्हणून मला हुश्श झाले; पण कळेना रुडला सांगावे की नाही मांजर मिळाली म्हणून! लहानपणी मी चूक केली की, आई मला शिक्षा व्हावी म्हणून माझ्या बाबांची वाट पाहायची, अगदी तसेच वाटतेय आज! जेव्हा बाबा घरी यायचे तेव्हा कळायचे नाही, कबुलीजबाब द्यावा की आईला तिची बाजू सांगू द्यावी? शेवटी आईची गोष्टच बाबा ऐकायचे आणि मी अडचणीत यायचे.

पण आज वाटले की, सांगून टाकावे मनातले.

''मला मृत रानमांजर सापडली. जॅक्स म्हणाला ते अशुभ लक्षण आहे,'' माझ्या मनातले मी सगळे ओकून टाकले.

रुडने आठ्या पाडत बघितले. ''जॅक्स म्हणाला ते अशुभ लक्षण आहे.'' तो पुन्हा म्हणाला. ''जॅक्स ऽऽऽऽ!'' तो माझ्याकडे बघत ओरडला.

जॅक्स धावत आला. त्याचे ओले हात त्याने शर्टाला पुसले. तो हसत होता.

“तू प्रियाला असे सांगितलेस की, मांजर सापडणे हे अशुभ लक्षण आहे?” रुड कोड्यात बोलला.

“नाही. मी असे म्हणालो?” तो माझ्याकडे बावरलेल्या नजरेने पाहत म्हणाला. “मी सांगितले की, आम्ही सहसा मांजरीच्या कातडीचा ड्रम करत नाही.” त्याचे शब्द आठवत त्याने सांगितले.

“हो असेच त्याने सांगितले. मांजरीच्या कातडीपासून ड्रम करता येत नाही.” मीही आमचे संभाषण आठवत म्हणाले. मला आता माझ्या मूर्खपणाची कीव येऊ लागली.

“मांजर म्हणजे अशुभ लक्षण आणि मांजरीच्या कातडीचा ड्रम करत नाही या दोन्ही विधानांमध्ये फरक आहे,” माझ्याकडे आपुलकीने बघत रुड म्हणाला. त्याने माझी चूक पकडली होती; पण त्यावर टीका-टिप्पणी करत नव्हता.

“तुमच्या अपेक्षेप्रमाणे तुमची कृती नसेल तर ते अशुभ लक्षण मानले जात नाही. जेव्हा अपेक्षाभंग होतो तेव्हा आपण शब्द ऐकत नाही, आपल्या भावनाच ऐकतो. मांजर सापडल्याच्या अपेक्षाभंगामुळे तू जॅक्सच्या शब्दांचे अशुभ लक्षणाच्या भावनेत रूपांतर केलेस.”

मला रुडला सांगायचे होते की, आयुष्यातील प्रत्येक अपेक्षाभंग मी असाच अशुभ लक्षणात रूपांतरित केला होता. माझा बावळटपणाच होता तो; पण मला हे कधीच उमजले नव्हते.

“मांजर मिळणे हे अजिबात अशुभ लक्षण नाही. आम्ही सहसा मांजरीच्या कातड्याचा ड्रम करत नाही कारण असे मानतात की, मांजर कधीच मरत नाही. जरी ती मेलेली असली, तरी जिवंत असते. तिला नऊ जन्मांचे वरदान असते; पण एखाद्या अपवादात्मक दिवशी, कोणी शक्तिमान आत्मा त्या मांजरीच्या वरदानाला पात्र ठरतो. तशी तू पात्र ठरलेली आहेस. तुला मांजर सापडली त्यामुळे तू ड्रम बनवशील.” रुडने सांगितले.

“तुझे म्हणणे आहे की मांजर मेलेली नाही?” मी विचारले.

माझी खुर्चीवर बसून चुळबुळ सुरूच होती. भुतांच्या गोष्टींची मला नेहमीच भीती वाटायची. टी.व्ही.वरचे मूर्ख भयपट पाहून माझ्या अनेक रात्री झोपेशिवाय गेल्या आहेत. या अपरिचित जागेवर मला मांजरीच्या आत्म्यांच्या गोष्टी ऐकायच्या नव्हत्या.

“असे मानले जाते की, मांजरे मरत नाहीत; त्यामुळे तुझ्या आत्म्याला मांजरीचे आकर्षण वाटले असावे. बाकीच्यांनी तिच्याकडे दुर्लक्ष केले; पण तू तिच्या जवळ गेलीस. असे मानतात की, जो मांजरीला आकर्षित करू शकतो, त्याला नऊ जन्मांचे वरदान मिळते. याचा अर्थ असा की, प्रत्येक पराभवानंतर तुम्ही

परत उसळून वर येणार. तुमचा आत्मा नष्ट करणारी शक्ती अस्तित्वात नसेल. फिनीक्स पक्ष्याप्रमाणे तुम्ही राखेतून वर येणार,'' रुडने हसत हसत समजावून सांगितले.

''मग प्रत्येकजण मांजरीला का शोधत नाही?'' मी विचारले. ''जर तिच्यामध्ये एवढी शक्ती आहे तर मग प्रत्येकजण का नाही मागे लागला?''

''कोणालाही आधी काहीही सांगितले जात नाही. तुम्हाला आकर्षण वाटले पाहिजे. जेव्हा लोकांना समजते की, मांजरीची कातडी ड्रमसाठी वापरत नाहीत, तेव्हा त्यांना मांजर म्हणजे अपशकुनी वाटते आणि तिला टाळले जाते. इतर लोकांना तुझ्यासारखे कुतूहल वाटत नसते आणि चुका करण्यासाठीही शौर्य लागते. तेही अभावानेच आढळते.''

रुड माझ्यावर खूश झालेला दिसला. माझी लाज, भीती आणि राग एका क्षणात दूर पळाले. आधी न सांगितल्यामुळे मी स्वत:च्या मार्गावर प्रवास करू शकले; स्वत:चे अनुभव घेऊ शकले. प्रत्येक गोष्ट उघड नसते. काही गोष्टी तुम्हाला प्रवासातच कळतात आणि तुमच्या शिक्षणासाठी त्या फार उपयोगी असतात. प्रत्येकालाच मांजर सापडत नाही म्हणून त्यांना तिचे महत्त्वही कळत नाही. प्रत्येकजण प्रश्न विचारत नाही म्हणून त्यांना त्यांची उत्तरे सापडत नाहीत.

रुड उठून हातगाड्यांजवळ गेला. तेथील लोकांशी तो बोलला नंतर प्रत्येकजण हातगाडी घेऊन कोठाराकडे जायला निघाला.

ड्रम बनविण्यासाठी बहुधा माझी गरज नसावी. नाहीतर त्यांनी मला बोलावले असते. माझे डोके आता शांत झाले होते. मळमळ थांबली होती. मानसिक त्राग्यामुळे शारीरिक थकवाही येतो! तुमचे डोके जेव्हा शांत होते तेव्हा तुमच्या शारीरिक व्याधीही गायब होतात.

मी कॉटेजमध्ये गेले. वाटले की, शांतपणे झोपावे. मला गाढ झोपेची काळजी नव्हती. जेव्हा गरज भासेल तेव्हा कोणीतरी उठवेलच. मी खोलीत प्रवेश केल्याकेल्याच एमाचे दमदार घोरणे ऐकू आले.

पांघरुणात पाय दुमडून मी पडले; पण मला चांगली झोप लागली नाही. विचित्र स्वप्ने पडली. वाद्यांचा प्रचंड अमंगल आवाज... मोठमोठा होत जाणारा आवाज... शेवटी त्या ड्रमच्या आणि वादकाच्या शरीरातून बाहेर पडणारी उष्णता. मी दचकून उठले. माझ्या कपाळावरून घामाची धार गालावर पडत होती आणि मी थरथरत होते. निरव शांतता होती. माझे डोके जड झाले होते. आता डोकेदुखी सुरू होणार बहुतेक!

अंगावरची रजई दूर सारत मी स्वत:शीच पुटपुटले, ''मला ताजी हवा पाहिजे.''

काळजीने वाट पाहणे किंवा अतिउत्साहामुळे माझ्या झोपेवर पाणी पडते. काही अनामिक माणसे मला मारायला आली आहेत अशी दुःस्वप्ने मला अनेकदा पडायची. जसे संपूर्ण विश्व मला सांगत होते, काहीतरी चुकते आहे.

''काहीतरी चुकते आहे. मला दुःस्वप्ने पडतात. मला चांगले नाही वाटत. नक्कीच भविष्यात काहीतरी वाईट घडणार आहे,'' मी माझ्या जीवश्चकंठश्च मैत्रिणीला सांगायची.

माझे मित्र-मैत्रिणी माझ्यासारख्या सकारात्मक विचारसरणीवर बोलणाऱ्या वक्त्याकडून असे नकारात्मक विचार ऐकायला उत्सुक नसायचे. म्हणून मी माझ्या भावना अव्यक्तच ठेवायचे. माझ्या जवळचे लोक प्रिया, एक माणूस म्हणून आणि प्रिया, एक कॉर्पोरेट गुरू म्हणून भेदाभेद करू शकत नसत. त्यांच्यासाठी मी जगावेगळी, अतिशय प्रतिभाशाली होते. फक्त माझे मलाच माहीत होते की, मी किती बावळट आणि वाट चुकलेली होते ते.

मोठ्या भावाचे, घरातील कर्त्या पुरुषाचे, पालकाचे, बॉसचे हेच दुखणे असते. त्यांना तेच नाते निभवावे लागते. त्यांच्यावरच्या जबाबदारीमुळे साध्या भावना किंवा चिंता ते व्यक्त करू शकत नाहीत. अपेक्षांचे प्रचंड ओझे; पण त्यांचे त्यांनाच माहीत असते की, ते किती एकाकी असतात.

माझ्या आयुष्यातले सगळे बरे-वाईट प्रसंग माझ्या उत्क्रांतीसाठी होते आणि माझ्या आयुष्यातील सर्व निर्णय मी माझ्या जबाबदारीवर कणखरपणे घेऊ शकले म्हणून मी 'सुपरवुमन' आहे. मी परिस्थितीचा अंदाज घेत निर्णय घेतले. जेव्हा योग्य वाटले नाही तेव्हा त्यातून बाहेर पडले.

ड्रमचा स्वप्नातला आवाज अजूनही कानावर पडत होता. जणू यमदेवतेचे स्वागत करण्यासाठी वाजवलेली ती वाजंत्री होती! मला फार काळजी वाटली आणि पोटात डचमळले. मी शौचालयात पळाले.

कोणीतरी जोरात दरवाजा ठोठावला.

''रुड बोलावतो आहे.'' एमा म्हणाली.

मला आनंद झाला की, एमाने दार ठोठावले. ती आत घुसली नाही; पण मी बाहेर आल्यावर सांगितले असते तर अजून बरे वाटले असते.

घाईघाईने मी बाहेर आले. माझे डोके अजूनही जड होते आणि आता जोरात दुखू लागले होते. मी माझा कोट उचलून बाहेर बगिच्यात गेले.

सूर्य क्षितिजापलीकडे दूरच्या प्रवासाला निघाला होता आणि आकाश चमचमत्या ताऱ्यांच्या प्रतीक्षेत होते. फडफडत्या मंद दिव्याच्या प्रकाशात मी ध्यानस्थ रुडला पाहू शकले. मेरीने टेबलावर छोट्याशा कुंडीत ठेवलेले फुलझाड फार सुंदर दिसत होते. मला फुलझाडे नेहमीच भुरळ घालतात. त्यांना स्वतःचे अस्तित्व असते.

त्यांची स्वत:ची भाषा असते. मी नेहमी त्यांच्याशी बोलायचा प्रयत्न करते. 'मूर्ख आहेस तू!' माझा भाऊ म्हणाला असता. त्याने माझी अशी कित्येक मूर्ख कृत्ये सहन केली असतील.

मी रुडच्या समोर बसले. थोड्या वेळाने त्याने डोळे उघडले.

"तुझे डोके दुखते का?" माझ्याकडे पाहत त्याने विचारले. रुडला माझी डोकेदुखी कळली होती. त्याला लोकांच्या दुखऱ्या जागा आपोआप कळायच्या आणि तो उपचारही करायचा.

"होय खूप दुखते आहे," तो मंद प्रकाशदेखील माझ्या डोळ्यांना त्रास देत होता आणि त्यामुळे माझी डोकेदुखी वाढत होती.

"म्हणजे काय?" रुडने विचारले.

"डोकेदुखी म्हणजे काय?" मी थोडे रागातच विचारले.

रुडने मान हलवली.

"मला माहीत नाही. माझा मेंदू बधिर झाला आहे."

मला जोरात हसू आले. त्याही परिस्थितीत मला आश्चर्य वाटले. एवढ्या प्रचंड डोकेदुखीत मी हसू कशी शकते? ही माझी खासियत आहे. कोणत्याही परिस्थितीकडे मी तिऱ्हाइतासारखी मजेत बघू शकते.

रुड माझ्या उत्तराची वाट पाहत होता.

"मला माहीत नाही. मला एक दु:स्वप्न पडले आणि आता ही डोकेदुखी. जेव्हा डोकेदुखी सुरू होते तेव्हा माझे काहीतरी बिनसते."

"ओह! आणखी सांग," त्याला या विषयात रुची वाटत असावी किंवा तो माझी मजा बघत असावा.

मला हसू आवरत नव्हते. का कोण जाणे! जेव्हा तुम्हाला माहीत असते की, तुम्ही जे काही बोलणार ते निरर्थकच असणार तेव्हा हसू आवरत नाही. मी डोळे चोळत माझ्या डोक्यावर चापट मारली.

"कणखर आहे मी. बरी होईन." मी हसले आणि मला खरेच थोडे बरे वाटू लागले.

"माणसाचे शरीर एक अजब यंत्र आहे," रुड विषयाकडे वळत म्हणाला. "दु:ख ही मनुष्याला मिळालेली भेटवस्तू आहे. मला कळत नाही, लोक त्याच्यापासून दूर का पळतात? जर तुमच्या पायात खिळा गेला आणि तुम्हाला दु:ख जाणवलेच नाही तर तुम्ही कल्पना करू शकता का त्याच्या परिणामाची?"

"मला कळणारच नाही की, माझा पाय चिरलेला आहे आणि मी चालतच राहीन." मी उत्तरले; रुडचे बोलणे मला खिळवून ठेवत होते.

"आणि तुमच्या पायाकडे तुमचे लक्ष जाण्याच्या आतच तुम्ही अनेक मैल

चालल्याने धूळ, जंतू यांच्यामुळे ती जखम केवढी गंभीर होईल! आणि तुमचा पाय तुम्हाला गमवावादेखील लागेल! त्यामुळे दुःखाची भूमिका काय असते आपल्या जीवनात?'' रुड म्हणाला.

''जखमेकडे लक्ष जाण्यासाठी, ज्यात बिघाड झाला आहे तिथे लक्ष जाण्यासाठी!'' मी उत्तरले.

''कारण तुमचे लक्ष गेल्यावर तुम्ही उपचार करून ते बरे करू शकता,'' माझ्या हुशारीला हसत हसत रुडने पुस्ती जोडली.

''तुला डोकेदुखी आहे. नक्कीच काहीतरी बिघडले आहे आणि ते दुरुस्त करण्याची ही नामी संधी आहे.''

रुडने उठून त्याची चामड्याची बॅग उघडली. त्यातून त्याने एक छोटासा ड्रम बाहेर काढला. त्याचे चामडे ताणलेले होते. पांढरीशुभ्र आणि सोनेरी फर - मी ओळखले. ती रानमांजराची कातडी होती. तो माझा ड्रम होता. डोकेदुखी पूर्णपणे थांबली होती.

''अरेच्चा! हा तर माझा ड्रम आहे!'' मी आनंदाने ओरडले. शाळकरी मुलीला तिच्या वाढदिवसाच्या वेळी ड्रेस मिळाला की कसे वाटते, अगदी तशीच माझी अवस्था झाली होती. त्या मांजरीच्या कातडीवरून मी हळुवारपणे हात फिरविला आणि तिच्या आत्म्याला आशीर्वाद दिला. तिची नऊ आयुष्ये आणि नंतरचे स्थित्यंतर तिला दिव्यत्वाकडे घेऊन जावो! मी खूप आनंदी होते.

''हा तुझा ड्रम आहे. काळजी घे, तो आत्ताच वाजवू नकोस. जेव्हा तू झोपशील तेव्हा तुझ्या उशाखाली ठेव. तुझ्याशिवाय याला कोणीही स्पर्श करता कामा नये. उद्या मी विधी सुरू करणार आहे तेव्हा आपण श्रीगणेशा करू या,'' रुडने सूचना दिल्या.

'मी तर आज तयार आहे; विधी उद्या का आहे?' मी विचार केला. मला वाट पाहणे अजिबात आवडत नाही. 'आत्ता'ची संकल्पना आवडते. सगळ्या गोष्टी मला 'आत्ता' पाहिजे असतात. माझी आई मला 'उतावळा आत्मा' म्हणायची आणि माझ्या अशा स्वभावाबद्दल नेहमी रागवायची. वस्तुस्थिती अशी आहे की, मी नेहमी कोणतीही गोष्ट करायला पूर्ण उत्साहाने तयार असते. उद्याची वाट का पाहायची? जेव्हा मी तयार असते तेव्हा प्रत्येक क्षण हा योग्य क्षण असतो; पण मी विसरते की, काही गोष्टींना वेळ लागतो आणि काही गोष्टी जेव्हा योग्य वेळ असेल तेव्हाच घडतात. सूर्य 'आत्ता' उगवू शकत नाही. मला सकाळची प्रतीक्षा करणे भाग आहे. म्हणून मी शांत झाले आणि उद्याची वाट पाहू लागले आणि मला दुसरा पर्यायही नव्हता म्हणा!

''चांगले खा, पी आणि महत्त्वाचे म्हणजे चांगली झोप घे. माझ्यावर विश्वास

ठेव, उद्या तुला जास्तीतजास्त ऊर्जेची गरज आहे. उद्या तुला पुरुषी ताकदीची गरज असेल; त्यामुळे उद्यासाठी जास्तीतजास्त ऊर्जा वाढविण्याचा प्रयत्न कर,'' रुडने माझ्या डोक्याला हात लावत मला गाढ आलिंगन दिले.

मला रुड आवडला. तो खूप समजूतदार आणि प्रेमळ होता. वयामुळे पुरुषांमध्ये फरक पडतो का? किंवा काही पुरुषांमध्येच उत्क्रांती होते; पण काहींमध्ये होत नाही? रुडएवढा समतोल राहाणारा, शहाणा आणि शांत माणूस माझ्यातरी पाहण्यात नाही. पुरुषाकडे असावे असे सगळे गुण त्याच्यात होते– देखणे व्यक्तिमत्त्व, आध्यात्मिक बैठक आणि अतिशय कनवाळू हृदय.

माझ्या भोवताली सिगारेटच्या धुराचे वलय तेवढे राहिले. रुड मेरीशी डचमध्ये जोराने बोलत निघून गेला.

बगिच्यात टेबलाजवळ बसून मला फार उत्साही वाटत होते. जिवंत वाटत होते. झोप अजिबात येत नव्हती. झोप तर लागायला पाहिजे, नाहीतर उद्या मी अडचणीत येईन.

कोणतीही अपेक्षा मनात असेल तर झोप धड लागतच नाही. परीक्षेपूर्वीही मी रात्रभर जागीच असायचे आणि परीक्षेला कशीबशी धडपडत परीक्षा हॉलमध्ये जायचे. मासिकासाठी माझे पहिले फोटोशूट होते तेव्हा मी अशीच रात्रभर जागी! दुसऱ्या दिवशी डोळे एवढे सुजले की, बर्फ लावून फोटोशूट करावे लागले. रात्रभर झोपेशिवाय मी तळमळतच होते.

''आज मला झोप कशी येणार?'' माझ्या डोक्यात आक्रोश चालू होता.

रात्रीचे जेवण हलके होते. आम्ही शांतपणे जेवत होतो. सगळे थकलेले होते. मीही अगोदर थकलेच होते; पण आता सकाळच्या दवबिंदूप्रमाणे ताजीतवानी होते.

आज मला भांडी घासायची शिक्षा नव्हती. मी खोलीत शिरले तर खोली रिकामी होती. एरवी सेन, रिंक आणि एमा माझ्याआधीच खोलीत असतात. दुसरीकडे कुठेतरी गुंतले असतील ते. माझ्या पलंगावर चढून मी एमाच्या पलंगाजवळचे पुस्तक वाचू लागले. पुस्तक वाचता वाचता डोळा लागेल माझा. उशाखाली दोनदा मी चाचपून बघितले. माझा ड्रम सुरक्षित होता.

मी वाचत होते; पण माझे मन भरकटत होते. तीन पाने नुसतीच उलटली; पण वाचली नाहीत. शेवटी पुस्तक बंद करून बाजूला ठेवले.

पलंगावरून उतरून माझी डायरी घेतली. मेरीने दिलेल्या सुट्या कागदांची मी डायरी बनवली होती. मी डायरी लिहू लागले.

'उद्या काय होईल या विचारांनी माझ्या डोक्यात काहूर माजले आहे. मी एका विचित्र भूमीवर, विचित्र लोकांसोबत राहून विचित्र गोष्टी करते आहे. मी यापूर्वी कधीच एवढी 'जिवंत' नव्हते. माझे घर, माझे लोक, माझे मित्र, माझे जीवन,

माझ्या स्मृती... सगळे खूप दूरचे वाटते. इथे काहीच ओळखीचे नाही फक्त चिकटलेला स्व. मी कोणतीच गोष्ट किंवा कोणालाच सोडून आले नाही कारण माझ्या डोक्यात सगळे आहे. मला मुक्त व्हायचे आहे. मला माझे डोके इतर लोक, त्यांच्या अपेक्षा, त्यांची मते यांनी भरलेले नको आहे. मला मुक्त व्हायचे आहे. मला माझा मेंदू जिवंत, उत्साहाने सळसळणारा आणि पुढील आयुष्य जगण्यासाठी उत्सुक हवा. ड्रमच्या विधीमध्ये काय घडेल कोण जाणे; पण मला ड्रम वाजवायला शिकायला आवडेल. मला माहीत नाही याला पुरुषांचा विधी का म्हटले जाते आणि मला हेही माहीत नाही की, जी गोष्ट 'नाही' म्हणतात तीच मला का पाहिजे असते. माहीत नाही; मला आव्हाने स्वीकारायला का आवडतात? माहीत नाही मी, माझे मन, माझे हृदय, माझ्या आत्म्याची प्रगती करणारी प्रत्येक संधी दोन्ही हातांनी का पकडते? माहीत नाही मी येथे का आहे? माहीत नाही मी काय शोधतेय? एवढेच माहीत आहे की, मला मुक्त व्हायचे आहे. मला हेही माहीत नाही की, मुक्त होणे म्हणजे काय? जेव्हा मला मुक्ती मिळेल तेव्हाच कळेल. कदाचित उद्याच किंवा आणखी दोन दिवसांनी कळेल.'

माझे पेन पानांवरून झरझर चालत होते. डोळे जड झाले होते आणि मन शून्याकार होत होते. लिहिणे हा एक छानसा उपाय आहे. भरकटलेले विचार आपल्या डोक्यात वेगाने फिरत असतात. एका विचारातून हजारो विचारांना वाटा फुटतात आणि लवकरच आपण विचारांच्या वेगवान चक्रावर आरूढ होतो. लिहिण्यामुळे आपल्या डोक्यात जे चालते त्याला स्पष्टता मिळते. मला कोणताच विचार करायचा नव्हता किंवा कशाची कल्पनाही करायची नव्हती. कागदावरचे माझे विचार बघून मला शांती मिळाली. ते लिखाण निरर्थक होते की अर्थपूर्ण काय माहीत! पण माझ्या डोक्यातून गेल्यामुळे मी झोपायला तयार होते.

मी डायरी उशाखाली ठेवून रजईत दडी मारली. अजून कोणीच परत आले नव्हते; पण मला त्यात वावगे वाटले नाही. मला झोपायचे होते. परत एकदा मी माझा ड्रम तपासून बघितला, चेहऱ्यावर हसू ठेवून डोळे घट्ट मिटले आणि निद्रादेवीच्या आधीन होण्यासाठी तयार झाले.

सकाळी उठले तेव्हा सूर्यप्रकाश हलकेच खोलीत शिरत होता. पलंगावरून उडी मारून मी खिडकीकडे धाव घेतली. फारच मनोहर सूर्योदय होता तो! राखाडी रंगाच्या आकाशावर फिकट ताऱ्यांची रांगोळी आणि हळूहळू मावळणारा चंद्रमा... पक्षी चिवचिव करत होते आणि ओलसर, हिरव्या पानांमधून दवबिंदू चमकत होते. अशा रम्य प्रहरी गरुड पक्षी एकटाच स्वच्छ आकाशात भरारी घेत होता. काही क्षणांतच आकाश उजळले आणि चमचमती सूर्यकिरणे आकाशात दिसू लागली. मी डोळे मिटून एक इच्छा व्यक्त केली, 'माझे पृथ्वीतलावरचे आयुष्य माझ्या

आत्म्याच्या सुयोग्य असू दे!' मी डोळे उघडले तर जणू आयुष्याने फेर धरला होता. सूर्याची सोनेरी किरणे माळरानात दूरवर पसरली होती. आकाश सरड्याप्रमाणे रंग बदलत होते. पक्षी एका झाडावरून दुसऱ्या झाडावर सुरेल विहार करत होते. मी माझे हात पसरून जगाला कवेत घेतले. 'गुड मॉर्निंग वर्ल्ड!' माझी ऊर्जा विश्वाच्या प्रत्येक अणुला मिळाली असणार!

माझ्या लक्षात आले की, सगळे पलंग रिकामे होते. थोडे विचित्रच वाटले. पुन्हा एकदा मी माझा ड्रम व्यवस्थित ठेवला आहे का हे तपासून बघितले. घाईघाईने अंघोळ केली आणि निळी जीन्स आणि नेहमीचा जुना पांढरा टी-शर्ट घातला. कोटाचा भार नको होता. त्यापेक्षा कुडकुडत न्याहारीला गेलेले परवडेल. मला हलकेपणा पाहिजे होता आणि त्यासाठी मी कुडकुडणे पसंत केले.

न्याहारीसाठी कोणीच आले नव्हते. आत स्वयंपाकघरात जाऊन, स्टोव्ह पेटवून मी माझी कॉफी आणि ब्रेड बनवू लागले. माझी प्लेट बनवून मी बगिच्यात गेले. कॉफी पीत असताना सूर्याकडे तोंड करून उभ्या असलेल्या रुडला बघितले. रुड छान नृत्य करत होता.

दिवसाची किती छान सुरुवात झाली! बगिच्यामध्ये न्याहारी आणि एका देखण्या पुरुषाला सनडान्स् करताना न्याहाळायचे! दररोज टी.व्ही.वरच्या ब्रेकिंग न्यूज ऐकण्यापेक्षा किती छान दिवस!

माझी कॉफी संपली आणि रुडचे नृत्यही संपले. तो माझ्याकडे येत आश्चर्याने म्हणाला, "तू का नाही माझ्याबरोबर नृत्य केलेस?"

"मला तुझे नृत्य बघायचे होते." मी डोळे मिचकावत म्हटले.

"तुला झोप चांगली लागली का?" माझ्या मिश्कील टोमण्याकडे दुर्लक्ष करत रुडने विचारले.

"हो. मला आश्चर्यच वाटले की झोप कशी लागली. मी तयार आहे." मी आनंदाने सांगितले. मी माझ्या अपेक्षेपेक्षा जास्त छान झोपले होते. नेहमीचा ठोकळेबाज दिनक्रम मोडल्यामुळे मला माझाच अभिमान वाटत होता.

"तू तयार आहेस?" रुडने माझ्या बाजूला उभे राहात विचारले.

"नक्कीच!" मी उत्तर दिले.

रुड माझा खांदा घट्ट धरून चालू लागला. आम्ही माळरानाकडे जाऊ लागलो. काही मीटर अंतरावरच बाजूच्या माळरानात आम्हाला दगड आणि लाकडाने बनवलेले घर दिसले. हे घर मी पूर्वी कित्येकदा बघितले होते. ते फारच एकाकी होते. आम्ही त्या घरापर्यंत पोहोचलो आणि मला वेगळाच उत्साह वाटू लागला. असे वाटले की, माझ्या मुक्तीची वेळ जवळ येऊन ठेपली आहे. माझे शरीर बदलासाठी उत्सुक होते. माझा आत्मा मुक्तीसाठी अधीर झाला होता.

त्या घरासमोर एक छोटासा बगिचा होता. फुलझाडे आणि गवताची निगा राखली नव्हती आणि कानाकोपऱ्यात कोळ्यांनी जाळे विणले होते. एका अरुंद वाटेवरून आम्ही आत गेलो. आम्ही एका जड टिक लाकडाच्या दरवाज्याजवळ पोहोचलो. रुडने तो दरवाजा ढकलला.

आत अंधार होता. मला रिकचा आवाज ऐकू आला. आतील अंधाऱ्या खोलीतून तो आला. तो वेगळा दिसत होता. कमरेला फक्त लंगोटी गुंडाळली होती. त्याचे केस मोकळे होते आणि कपाळाला पांढरी पट्टी लावलेली होती. घामाने भिजलेल्या शरीरातील त्याचे पिळदार स्नायू मंद प्रकाशात चमकत होते.

"आम्ही तयार आहोत," तो रुडकडे बघून हसला आणि मला म्हणाला, "तू तयार आहेस?"

मला कळेना काय सांगावे. नाही सांगावे का गंमत म्हणून? पण माझ्या लक्षात आले की, गंमत करण्याची ती वेळ नव्हती.

"होय मी तयार आहे." मी उत्तरले; पण अजूनही मला रिकच्या पेहरावाबद्दल अचंबा वाटत होता.

"माझ्याबरोबर ये," उजवीकडे असलेल्या दरवाज्यापाशी जात तो म्हणाला.

मी त्याच्या मागे गेले. रिकने दरवाजा उघडल्यावर एक रिकामी खोली दिसली. तिथे मधोमध फक्त एक खुर्ची होती. त्यावर फक्त गरजेपुरते कपडे होते.

"तू फक्त हेच घालशील. फक्त हेच." मला समजले की नाही हे कळायला त्याने माझ्याकडे बघितले. मी मान हलवली. रिक बाहेर गेला आणि त्याने खोलीचे दार हळूच बंद केले.

मी खुर्चीजवळ गेले आणि खोलीत सभोवताली बघितले. सगळीकडे खडबडीत लाकूड वापरल्याने खोलीला ग्रामीण 'लूक' आला होता. पॉलिशचा मंद वास येत होता. खुर्ची खूपच जुनी आणि खराब झालेली होती. तेथे मला कमरपट्टा आणि एक लांब वस्त्र ठेवले होते. मला वाटते ते बिकिनीसारखे छातीला गुंडाळायचे होते. एक कपाळावर लावायचा श्वेतपट्टा आणि मण्यांचा हातपट्टाही होता.

पहिल्यांदा मी कपाळावर पंकसारखे माझे केस मागे नेत पट्टा लावला. नंतर कमरपट्टा घातला; त्यामुळे माझा पार्श्वभाग कसाबसा झाकला गेला. ते पांढरे वस्त्र दोनदा छातीभोवती गुंडाळले आणि मागे घट्ट गाठ बांधली. माझे कपडे छानपैकी घडी करून खुर्चीवर ठेवले. आरसा आहे का म्हणून मी आजूबाजूला बघितले. मला स्वत:ला आरशात बघायचे होते. बिकिनीएवढा जेमतेम ड्रेस, रंगीबेरंगी हातपट्टा आणि वरती कपाळाला लावलेला पट्टा! मी 'टारझन' चित्रपटातील नायिकेसारखीच दिसत असेन.

रिकने हलकेच दरवाजा ठोठावला, "तू तयार आहेस का?"

मी दार उघडून रिकसाठी छानशी पोज दिली. त्याला खूप हसू आले आणि त्याने प्रेमाने माझे केस हलवले. मी त्याचा हात दूर केला.

"तू माझी केशरचना खराब करतो आहेस.'' मी गंमत केली. रिक हसत हसत मला मुख्य खोलीत घेऊन गेला.

त्याने दरवाजा उघडला. कस्तुरीसारख्या सुगंधाने वातावरण भरलेले होते. ती खोली मंद प्रकाश असलेली, धुराने भरलेली होती. माझ्या डोळ्यांना त्या प्रकाशाची सवय व्हायला थोडा वेळ लागला. चार दिशांना चार पलिते जळत होते. प्रत्येक पलित्याशेजारी एक वैद्य मोठा ड्रम आणि तो वाजवण्यासाठी तास घेऊन उभा होता. त्यांनीही माझ्यासारखेच वस्त्र नेसले होते; पण डोक्याला पट्टा लावला नव्हता. आफ्रिकेतील ड्रम वाजवणारे जसे असतात तसेच ते दिसत होते, फक्त यांची त्वचा गोरी होती. रुड पाय दुमडून प्रार्थना करत होता. बहुतेक ती अस्वलाची कातडी असावी, ज्यावर तो आसनस्थ होता.

प्रत्येक विधीअगोदर आध्यात्मिक गुरू गहन प्रार्थना करताना दिसायचे. बहुतेक विधीसाठी ऊर्जेला आवाहन करून शुद्धीकरण करत असावेत. शमन्स नेहमीच विधी सुरू होण्यापूर्वी प्रार्थना करून त्यांच्या पूर्वजांना आणि गुरुंना निमंत्रित करतात. त्यांच्या पूर्वजांच्या आणि गुरुंच्या मदतीने आत्म्यांवर उपचार करतात.

रिकने मला त्याच्या समोर बसण्यास सांगितले. मी त्याच्या आज्ञेचे पालन केले. माझे हृदय धडधडत होते. एकाएकी मला आठवले, अरेच्चा! मी माझा ड्रम आणायला विसरले होते! मी रिककडे बघितले. त्याने 'सगळे ठीक होईल' असे हसण्यातूनच सांगितले. माझा भाऊही मला असाच दिलासा द्यायचा.

रुडने त्याच्या मांडीवर ठेवलेला घुबडाच्या पिसांचा पंखा उचलला आणि माझ्या कपाळाला लावला.

"मला क्षमा कर, रुड. मी ड्रम आणायला विसरले,'' मला त्याला सांगायचे होते पण तोंडून शब्दच फुटला नाही.

"ड्रमचा विधी पुरुषांचा विधी आहे हे तुला माहीत आहे,'' रुडने बोलण्यास सुरुवात केली, "हा विधी पुरुषाच्या आत्म्याला मुक्ती मिळावी म्हणून केला जातो. केवळ मुक्तात्माच पृथ्वीतलावरचे सर्व नातेसंबंध, जबाबदाऱ्या खुबीने निभावू शकतो. मुक्तात्मा जो आपले ध्येय ओळखून आपल्या प्रारब्धातील सर्व नातेसंबंध, जबाबदाऱ्या पार पाडून, वाटचाल करतो. मुक्तात्मा म्हणजे अविरत, अखंड अशी ऊर्जा. मुक्तात्मा म्हणजे मोठ्यात मोठा असा त्याचा परीघ आणि ध्येय साध्य करण्यासाठी ही ईश्वरी ऊर्जा तो वापरात आणतो. तू अशीच चैतन्यमय अर्धनारीश्वर हो! तुझ्यातील पुरुष तुझ्या स्त्रीला या विधीद्वारे मुक्त करो!''

"जेव्हा तुम्ही मुक्त होता तेव्हा विधीची सांगता होते आणि सांगता होणे हे

तुमच्यावर अवलंबून असते. आम्ही इथे तुझे माध्यम म्हणून उभे आहोत. तुला मुक्त करण्यासाठी, त्या पातळीपर्यंत पोहोचवायला आम्ही मदत करू. तुला मदत करणे हा आम्ही आमचा बहुमान समजतो. तुला दुसऱ्या जगात लवकरच भेटू.'' रुडने उठून खाली झुकत मला अभिवादन केले आणि काही क्षणांत मीही उठले.

''आता तू तुझे माध्यम निवडणार आहेस,''

रुडने उभ्या असलेल्या सगळ्या माणसांकडे पाहिले आणि त्यातून माध्यम म्हणून एकाची निवड करण्याचा मला इशारा केला.

मला माध्यम निवडणे म्हणजे काय हे कळले नव्हते; पण हे कळले होते की, खोलीत असलेल्या सहा पुरुषांपैकी एकाची निवड करायची होती. कोणतेही आढेवेढे न घेता मी रुडची निवड केली. रिक आणि रुडने एकमेकांकडे पाहिले; मला वाटते, त्यांना माहीत होते की, मी रुडचीच निवड करणार आहे.

रुड माझ्यासमोर उभा होता. माझा हात हातात धरत तो म्हणाला,

''तू इथे खाली झोपशील आणि मग विधी सुरू होईल. जेव्हा तू मुक्त होशील तेव्हा विधीची सांगता होईल. केव्हा थांबायचे हा निर्णय तू घ्यायचास.''

मी मान हलवली आणि जमिनीवर बसले.

मी मुक्त झाले हे जगाला कसे कळेल? फक्त मलाच माहीत आहे माझ्या पिंजऱ्यातील आत्मा. जर मी या विधीत चूक केली तर? जर मी मुक्त झाले नाही फक्त मुक्त झाले असा विचारच असेल तर? मला या गोष्टी रुचल्या नाहीत तर? मला घरी जायचे आहे. गोंधळलेल्या स्थितीत माझे नैसर्गिक मत हेच होते. मला घरी जायचेय आता; एकटे राहायचेय.'' पण मी काही बोलण्यापूर्वीच जोरजोरात ड्रम वाजू लागले.

ड्रम एवढे जोराने वाजत होते आणि त्या कंपनांमध्ये एवढी ऊर्जा होती की, मी त्या आवाजातच विरून गेले. सगळ्या बाजूंनी ड्रम वाजत होते. मला आता बसवत नव्हते, खाली अंग टाकावेसे वाटले. माझे डोके जमिनीवर टेकले आणि शरीर ड्रमच्या आवाजाबरोबर खाली-वर होऊ लागले. ड्रमच्या प्रत्येक ठोक्याबरोबर मी जगापासून अनेक मैल दूर जात होते. आवाज आणि त्यामुळे निर्माण होणारी कंपने... बाकी काही नाही! सरतेशेवटी मीच एक कंपन झाले. माझे लक्ष कशावरच केंद्रित होईना. सगळे धुरकट दिसू लागले आणि माझे डोळे आपोआप मिटले गेले.

मला जाणवले की, माझ्या शरीरावर कोणीतरी पिसे फिरवीत होते. एरवी मला गुदगुल्या झाल्या असत्या; पण आवाज आणि कंपनांमुळे जाणवले की, मी बंदिस्त झाले आहे. नंतर गार पाण्याचा फवारा जाणवला. मी खाडकन डोळे उघडले. गुन्हेगारीवर आधारित चित्रपटामध्ये पकडलेल्या कैद्यावर थंड पाणी फेकले जाते आणि नंतर अनेक अत्याचार केले जातात. अगदी तसेच! माझे डोळे मी पूर्ण

उघडले. मला दिसले की, एक धिप्पाड व्यक्ती पाय पसरून माझ्यावर उभी आहे. तो रुड होता. तो अक्राळविक्राळ राक्षसासारखा दिसत होता. गुडघ्यामध्ये वाकून तो माझ्या कमरेच्या एका बाजूला बसला. नंतर त्याने माझ्या खांद्यांच्या दोन्ही बाजूंना हात पसरवत पाय सरळ केले. त्याचे शरीर आता माझ्या शरीराशी समांतर होते. कस्तुरीचा तीव्र गंध माझ्या नाकातोंडात घुसला. त्याचे घर्मबिंदू माझ्या चेहऱ्यावर टपाटप पडत होते आणि सबंध शरीर ड्रमच्या तालावर कंपन पावत होते. त्याच्या शरीरातून निघणारी उष्णता माझ्या शरीरात जात होती. तो माझ्या डोळ्यांमध्ये खोलवर पाहत होता. मी घाबरले होते.

आता पुढे काय होणार? तो काय करेल मला? संभोग विधीच्या हजारो प्रतिमा माझ्या डोळ्यांसमोर तरळून गेल्या. यासंबंधी अनेक लेखही मी वाचले होते आणि आता मीच तशा प्रसंगात अडकले होते. मला पळून जायचे होते; पण ड्रमच्या कंपनांनी माझे शरीर अडकवून ठेवले होते आणि त्यामुळे मला हलणे अशक्य होते. मला जखडून ठेवल्यासारखे वाटले.

रुडने माझ्या डोळ्यांतील भीती वाचली असावी. त्याला 'माझ्यापासून दोन हात दूरच राहा' हा इशाराही कळला असावा. अचानक त्याने त्याचे डोळे बंद केले आणि मीही माझे डोळे बंद केले. दुसऱ्याच क्षणी ते अवजड शरीर माझ्या शरीरावर दाणकन आदळले. रुड! सहा फूट तीन इंच महाकाय रुडने माझे शरीर अक्षरशः गिळले. मी पूर्णपणे रुडच्या तडाख्यात सापडले होते.

माझ्या चेहऱ्यावर रुडची छाती धाडकन आदळली आणि त्याचे पंजे माझ्या पायांवर आल्याने पाय दुखावले गेले. मला श्वासच घेता येईना. महाकाय, घामट प्राणी माझ्या अंगावर चढला होता. मी श्वासासाठी तडफडत होते. माझ्या बरगड्या काडकाड मोडत होत्या. माझ्या फुप्फुसांना श्वास घ्यायला जागाच नव्हती. माझ्या नाकपुड्या बंद झाल्या होत्या. मी मरणार होते. निश्चितपणे मी मरणार होते.

मला रुडला बाजूला ढकलायचे होते; पण मी नाजूक बाई होते. हा तर साक्षात खूनच होता. मी श्वास घेऊ शकत नव्हते. बोलू शकत नव्हते. हलू शकत नव्हते. मी मरणार होते. फार मोठी चूक झाली माझ्या हातून! येथे येणे हीच चूक होती. मला परत जायला हवे होते. आता कधीच मी अशा अपरिचित जागेत येणार नाही. घरी भारतात राहणेच योग्य होते.

"नाही ऽऽऽऽऽऽऽऽऽऽऽऽ" मी ओरडले; पण आवाज माझ्या डोक्यातच घुमला. सर्वदूर शांतता होती. ड्रमचा आवाज आता ऐकू येत नव्हता. प्रकाश नव्हता. वजन नव्हते. कोणतीच जाणीव नव्हती. फक्त शांतता! काहीच अस्तित्वात नव्हते. फक्त शांतता. मी मेले होते.

माझे शेवटचे क्षण पश्चात्तापाचे होते. साधा सरळसोट पश्चात्ताप. माझे

आयुष्य म्हणजे दु:खाचा महापूर होता. मी काय करू शकले नाही किंवा काय करायला नको होते, याचीच यादी. आयुष्याची गोळाबेरीज म्हणजे पश्चात्ताप!

पुन्हा दिवे लागले. मी परत सगळे बघू शकले; पण मी कुठेच नव्हते. ती माणसे घामाने चिंब भिजून जोरजोरात ड्रम वाजवत होती. आगीचे पलिते कंपनांमुळे जोरजोरात फडफडत होते. रिक खोलीभर नाचाच्या आविर्भावात जोरजोरात येरझारा घालत होता. त्याच्या खांद्याभोवती लपेटलेल्या बॅगेमधून पाणी काढत त्या माणसांवर शिंपडत होता. रुड अजूनही माझ्यावर निश्चल खडकासारखा पडला होता; पण माझे शरीर मला दिसले नाही. रुडने ते गिळून टाकले होते.

काय घडत होते? मी कुठे होते? मी कोण होते? मला सगळे दिसत होते; पण ऐकू काहीच येत नव्हते, जसे महायुद्ध सुरू आहे आणि कोणीतरी 'म्यूट' बटण दाबले आहे.

मी तशीच निपचित पडून होते. मरणाचे विचार माझ्या मनात येरझारा घालत होते. एके दिवशी आपण सगळेच मरणार आहोत. आपल्या शरीरापासून वेगळे होणार आहोत. जबाबदाऱ्यांमधून मुक्त होणार आहोत. तो दिवस कधी येणार हे कोणालाच माहीत नसते. तो दिवस यावा असेही कोणाला वाटत नाही. मरण नकोसे असते. त्याचे कोणीच स्वागत करत नाही. मरण म्हणजे भीती. मरण म्हणजे जीवनाहून भयानक. मरण म्हणजे शेवट जेथे कोणालाच भेटायचे नाही; पण मरण हे येतेच! ते येणारच!

आणि ते सोपे होते. तीन मिनिटांहून कमी वेळ मला मरण्यासाठी लागला होता. मुक्त व्हायला तीन मिनिटेही लागली नव्हती; पण त्या तीन मिनिटांमुळे माझ्या आयुष्यातील तीस वर्षांचे दु:ख पुसले गेले होते. माझे पूर्वीचे आयुष्य अर्थहीन, वेळखाऊ झाले होते. काय माहीत कोण जास्त वाईट होते; जगणे की मरणे? कारण दोन्ही गोष्टी सारख्याच वाटत होत्या.

माझे सबंध आयुष्य माझ्या डोळ्यांसमोर तरळायला लागले आणि मला कळेना मी आयुष्यात काय केले. माझे आयुष्य कशासाठी होते? ही माणसे मूर्खासारखी ड्रम वाजवत आहेत तसलेच मूर्खपणाचे माझे आयुष्य! मी ड्रम आता ऐकू शकत नाही. पाण्याअभावी आतून शुष्क झालेल्या माणसांच्या अंगावर पाणी शिंपडण्याच्या मूर्खपणासारखे माझे आयुष्य. माझा आत्मा मुक्त करण्यासाठी माझ्या अंगावर मुद्दामच झोपलेल्या या माणसाच्या मूर्खपणासारखे माझे आयुष्य. मी काय करत होते आयुष्यभर?

मी या शांत जागेत लटकलेली... आयुष्याचा हिशेब मांडतेय. कोणताच हिशेब लागत नाही. ताळेबंदात दाखवण्यासारखे काहीच नाही, फक्त दु:ख, पश्चात्ताप! कोणत्याच गोष्टीचे विश्लेषण करण्यासारखे नाही. फक्त अडखळलेला,

भीतीयुक्त, आळशी दृष्टिकोन आणि आश्चर्य म्हणजे लोक मला प्रतिभावंत म्हणायचे.

सत्यामागचा माझा खोटा चेहरा मला दिसला. आता माझ्या आजूबाजूला लोक नव्हते. माझ्या खोटेपणाला मीच सामोरी जात होते. हा माझा खोटेपणा आहे की मी दुर्बल आहे! मला फसवले गेले, मी स्वत:शीच खोटे बोलायचे की मी चांगली नाही. माझ्यावर कोणी प्रेम करत नाही, मला कोणाचा आधार नाही, मी महत्त्वाची व्यक्ती नाही. मी स्वत:शीच खोटे बोलायचे आणि त्यामुळे दररोज खोटे जगायचेसुद्धा!

अज्ञानाच्या पांघरुणात दडलेले माझे आयुष्य मी बघितले. कमकुवतपणा हे अज्ञानाचेच एक लक्षण आहे. दु:ख हेही अज्ञानाचे लक्षण आहे, तसेच भीती हीसुद्धा अज्ञानाचेच लक्षण होय. माझे संपूर्ण आयुष्य मी अज्ञानात घालवले होते.

माझ्या चुका सुधारण्याची गरज होती. मला सुधारण्याची संधी होती. मला माहीत होते, मी जे प्रयत्नपूर्वक निर्माण केले होते ते एकच आयुष्य आहे. अजाणतेपणी जगा अथवा जाणतेपणी. आयुष्य तर माझे मी निर्माण केले होते. मला माहीत होते की, माझ्या आयुष्याला एकच भविष्य आहे आणि जे मी स्वत: निवडले आहे. मला माहीत होते की, एकच सत्य आहे जे मी मला सांगितले तेच! सुधारणा करण्याची मला फक्त एकच संधी पाहिजे. खंतावलेल्या जाणिवेत मी आता पोहत होते.

फक्त एक संधी पाहिजे मला! काही तास जास्त, काही जास्त दिवस, काही जास्त वर्षे आणि ते जर मला मिळाले तर मी आनंदाने जगाचा निरोप घेईन, दु:खाने नाही! पण फक्त एकच संधी पाहिजे!

जेव्हा जगत होते तेव्हा आयुष्याला गृहीत धरून चालत होते. कधी कल्पनाही केली नाही की, एके दिवशी आयुष्याचा अंत होईल. माझ्या काकूला असाध्य आजार झाला होता; पण तिला जगायचे होते! जर डॉक्टरांनी तिला अजून काही वर्षे जिवंत ठेवले असते तर ती सर्वस्व द्यायला तयार होती आणि तेव्हा मला जाणीव झाली की, ज्या गोष्टींसाठी मी माझे बहुमोल आयुष्य दिले, त्या गोष्टी माझे आयुष्य मला परत मिळवून देणार नाहीत. तेव्हापासून माझ्या आयुष्याच्या दर्जावर माझे फार लक्ष असते; पण आज जेव्हा मी मृतावस्थेत आहे तेव्हा कळते आहे की जिवंत असण्याचा अर्थच मला कळला नव्हता.

माझी जाणीव जसजशी खोलवर रुजत गेली तसतसा माझा आत्माही प्रतिसाद देऊ लागला. जेव्हा मी खोलवर डुबकी मारते, तेव्हा एक ओळखीचा आवाज आतून उमटतो. पुढील शब्द माझ्या आत्म्याच्या तळातून उमटलेले आहेत.

"आपण दोन सत्यतांमध्ये जगतो, दोन विरुद्ध जगांमध्ये जगतो; फक्त शहाण्या आत्म्यालाच कळेल की, या दोन सत्यतांमध्ये विरोधाभास नाही. जगाशी

कणखरपणे सामना करण्यासाठी नेहमी सुसज्ज राहा; पण... आपण काहीच करू शकत नाही हे समजून घेण्यासाठी तेवढी अशक्तही बन. ज्यांना तुझ्या मदतीची आवश्यकता आहे, त्यांच्यासाठी दानशूर हो; पण... तुझ्या स्वत:च्या गरजांसंबंधी कंजूष हो. तुला सगळेच समजणार नाही हे कळण्याइतपत हुशार हो; पण तुला सगळेच समजण्याची गरजही नाही, हे कळण्याइतपत विश्वास ठेवणारीही हो. तुला सगळेच समजू शकत नाही हे कळण्याइतकी शहाणी हो. पण... चमत्कार घडतात हे समजण्याइतपत मूर्खही राहा. तुझा आनंद सगळ्यांमध्ये वाटण्याइतपत तुझ्यामध्ये सदिच्छा बाळग; पण... दुसऱ्यांनी दिलेली दु:खे झेलण्याची इच्छा धरू नकोस. जो मार्ग इतरांना दिसला नाही त्या मार्गाचे नेतृत्व करण्याची इच्छा बाळग; पण... जर तुलाही अनिश्चितता वाटत असेल तरीही नेतृत्व करण्याचे धाडस दाखव. तुझ्या शत्रूला त्याच्या विजयानंतर पहिल्यांदा अभिनंदन करण्याची इच्छा दाखव; पण... जो हरला त्याच्यावर टीकास्त्र सोडून त्याला नाऊमेद करू नकोस. प्रेमाला आणि तुझ्याबद्दल दाखवलेल्या काळजीला प्रतिसाद देण्याची इच्छा बाळग; पण जे तुझ्यावर प्रेम करत नाहीत त्यांना जास्त प्रेम देण्याचा प्रयत्न कर. कारण... हळूहळू ते बदलतील... आणि त्यांच्याबरोबर तूही. सरतेशेवटी, जे अत्युत्तम आहे ते तू बन. कारण तुझ्या अस्तित्वाचे ध्येय हेच आहे.''

''रुड, निघ इथून,'' ड्रमच्या कर्कश आवाजात मी कर्कश ओरडले. माझ्या कर्कश आवाजाने ड्रमची कंपने अचानक भंग पावली. एकाएकी सगळे थबकले. ड्रम वाजणे बंद झाले. आवाज बंद झाला तरी भंगलेली कंपने त्यांच्या तीव्रतेमुळे जाणवत होती. रुडच्या आणि माझ्या शरीराची कंपने बंद झाली आणि आमच्या दोघांच्या हृदयांचे एकत्रित ठोके ऐकू येऊ लागले. मला हुडहुडी भरली; पण त्यामुळे रुडचे शरीर थरथरले. तो लाकडाच्या ओंडक्यासारखा गरगरत जाऊन माझ्या उजवीकडे पडला. आश्चर्यकारकरीत्या मी मोकळी झाले होते.

मी स्वतंत्र झाले होते. मी जिवंत होते. मला आयुष्य जगण्याची संधी मिळाली होती. माझे आयुष्य आनंदाने जगण्याची आणि आनंदाने मरण्याची मला संधी मिळाली होती.

मी श्वास घेण्याचा प्रयत्न करू लागले आणि तेवढ्यात जाणवले की, माझ्या चेहऱ्यावर आणि शरीरावर बर्फाचे थंडगार पाणी ओतले जातेय. मासा पाण्याच्या बाहेर तडफडतो तशी मी तडफडू लागले. डोळे उघडण्याचा प्रयत्न केला तरी ते उघडता येईनात. हलायचे ठरवले पण हलता येईना. दु:स्वप्नातून जागे होण्याचा तो व्यर्थ प्रयत्न होता. आधीसारखाच हा प्रयत्नही अतिशय फोल होता, फक्त यावेळी जिवंत होण्यासाठी माझा झगडा होता.

मला जाणवले की, रुड माझ्या अंगावर रजई टाकत होता. माझी हुडहुडी थोडी

कमी झाली. माझ्या डोक्यावर थंड पाण्याच्या बादल्या टाकल्या पण मला प्रतिकार करण्याची गरज वाटत नव्हती. मी इथे होते आणि मी शांत झाले होते.

मी किती वेळ तशी निपचित पडले होते कोण जाणे! मी शून्यावस्थेत होते. माझी पाटी कोरी होती, कॅनव्हास साफ होता. माझ्या अंतर्मनात भूतकाळ शिल्लक नव्हता. आता फक्त वर्तमानकाळ होता आणि भविष्याला जिंकायचे होते. मला मीच नवीन वाटले. मला मुक्त वाटले.

हळूच मी डोळे उघडले. खोलीत अंधार होता. नीरव शांतता पसरली होती. ड्रम वाजवणारे, रिक, रुड सर्वजण गेले होते. मी उठण्याचा प्रयत्न केला. खूप ठिकाणी स्नायू आखडले होते. कशीबशी उठून बसले. माझ्यासमोर पाण्याचा टब आणि ग्लास ठेवला होता. ताबडतोब मी पाण्याचा ग्लास भरला आणि पाणी पिऊ लागले. ते उग्र होते; पण त्यामुळे माझ्यात क्षणार्धात जिवंतपणा आला.

मी उठले. अजूनही माझे पाय कापत होते. दरवाज्याजवळ पोहोचले. बाहेर अंधार होता. आवाजही नव्हता. फक्त शांतता होती. मी जिथे माझे कपडे बदलले होते त्या खोलीत गेले. त्या खोलीत अजूनही दिवा मिणमिणत होता. खिडकीबाहेर तारकांचा पुंजका दिसत होता. मला वाटले, मी किती दिवस इथे आहे? आजच इथे आले होते का? या विधीसाठी मी माझे अख्खे आयुष्य तर घालवले नाही? अजूनही मला धड अंदाज येत नव्हता.

मी माझे कपडे घातले. विधीच्या वेळचे घामाने भिजलेले कपडे मी नीट घडी करून ठेवले.

घराच्या बाहेर मी वाट निरखत निघाले. कॉटेजमध्ये दिवे जळत होते. स्वयंपाकघराच्या चिमणीतून धूर येत होता. मी विचार करत तिथपर्यंत पोहोचले.

आकाश जणू ताऱ्यांनी सजवलेली छत्री होते. केवढे विशाल आहे आकाश! विश्व किती अद्‌भुत आहे. मोठे आहे आणि मी व माझ्या छोट्याशा समस्या! चटकन मान वर केली म्हणून मान दुखली आणि थोडा वेळ मी गवतावर बसले. शनी बघितला. आकाशात नेहमी मी दुर्बिणीतून बघत असे. मला शनी ग्रह आवडतो. त्याच्या वर्तुळाकार कडाही आवडतात. तो जिवंत ग्रह आहे. मी शनिच्या बाहेरच्या कड्यावर बसले. "आत्मा कुठेही बसू शकतो, जरी ती रिंग धूलिकणांनी बनलेली असेल तरीही."

मी स्वत:शीच हसले आणि त्या आकाशगंगेतून मी गवतावर बसलेल्या छोट्याशा मुलीला बघितले, अशी मुलगी जिला जगाबद्दल खूप बारीकसारीक तक्रारी होत्या आणि दु:खेही होती. या तक्रारी, दु:खे एवढी फुटकळ वाटतात जेव्हा आपण स्वत:ला सतत प्रसरण पावणाऱ्या विश्वाच्या नजरेतून पाहतो. विश्वाला कळणारी एकमेव भाषा म्हणजे आनंद! एकाच प्रार्थनेला विश्व प्रतिसाद देते ती

प्रार्थना म्हणजे प्रेम आणि जेव्हा आपण आपले आयुष्य आनंदात आणि प्रेमाने व्यतीत करतो, तेव्हा आपल्याला वैश्विक ऊर्जेचा साक्षात्कार होतो, आपला मुक्तात्मा आपल्याला भेटतो.

मी मनमोकळी हसले. मी मुक्त होते.

मला खूप भूक लागली होती. उठून हलक्या पावलांनी कॉटेजकडे चालू लागले. मी दार उघडले तसा सुग्रास अन्नाचा सुगंध माझ्या नाकात शिरला.

''तुला खूप भूक लागली असेल.''

रुडने त्याची खुर्ची वळवली. हाच तो रुड ज्याने मला मरण दाखवले होते. आता त्याने खाकी वस्त्रे परिधान करून, केसांचा बुचडा बांधून डोळ्यांवर चश्मा लावला होता.

''नक्कीच!'' मी हसून त्याच्या शेजारी बसले.

''आज रात्री झोपण्यापूर्वी तुझा ड्रम वाजवायला विसरू नकोस; त्यामुळे विधीची सांगता होईल.'' रुड म्हणाला.

त्याने मला आलिंगन दिले – एक मुक्तात्मा दुसऱ्या मुक्तात्म्याला देतो तसे!

मी पोट भरून जेवले.

मी मुक्त होते.

■

माझ्या अनुभवांची शिदोरी : तुमच्यासाठी

→ तुम्ही जे करता त्यावर तुमचे प्रेम असेल तर तुम्हाला एकही दिवस काम करावे लागणार नाही.

→ तुम्हाला वाटते त्यापेक्षा कितीतरी जास्त तुम्हाला माहीत असते. तुम्हाला जी गोष्ट योग्य आहे ती अगोदरच माहीत असते आणि ती समोर दिसताक्षणी तुम्ही तिला ओळखता.

→ देवाण-घेवाणीत देण्यामुळे तुम्ही गरीब होत नाही आणि घेण्यामुळे तुम्ही श्रीमंत होत नाही. देणे-घेणे म्हणजे फक्त वस्तूच्या ताब्यात आणि पर्यायाने दृष्टिकोनात बदल.

→ तुम्हाला तुमच्याच नजरेतून सत्यता बघावी लागेल, इतरांच्या नजरेतून नाही. एकमेव व्यक्ती जिला खरोखरच माहिती आहे आणि तुमची सत्यता केवळ तीच घडवू शकते. ती व्यक्ती म्हणजे फक्त तुम्हीच!

→ तुम्हाला आलेल्या अनुभवांचा मथितार्थ म्हणजे तुमचे आयुष्य. जेव्हा तुम्ही मथितार्थ बदलता तेव्हा तुमच्यावर अनुभवांमुळे जो परिणाम झाला तोही बदलतो.

→ तुमचे स्वतःचे निष्कर्ष काढण्यापूर्वी तुम्ही नीट ऐकून घ्या. नाहीतर गैरसमज व्हायला वेळ लागणार नाही.

→ तर्क न वापरता कृती करणे आणि निरीक्षण न करता विश्वास ठेवणे हा केवळ मूर्खपणा आहे.

→ तुम्ही प्रामाणिकपणे गोष्ट सांगितलेली केव्हाही बरी; कारण तुमची गोष्ट दुसऱ्याच्या दृष्टिकोनातून तपासून बघितली तर वेगळीच असू शकते.

→ लिखाणामुळे तुमच्या विचारांना दिशा मिळते; जेव्हा तुमचे विचार कागदावर उमटतात तेव्हा त्यात स्पष्टता येते.

→ मनातल्या गोंधळाला 'स्पष्टपणा' उत्तर देऊ शकतो. त्यापासून पळून जाणाऱ्याला उत्तर सापडत नाही.

→ स्वतःशी सतत खोटे बोलले की, तेच खरे वाटू लागते. दुर्बलता खोटी असते. कोणीच दुर्बल नसते.

→ अज्ञानामुळे पश्चात्तापाची वेळ येते. जाणिवा रुंद केल्या आणि जबाबदारी निभावली की आयुष्य सुंदर होते.

आध्यात्मिक फेरफटका

घामाच्या घराच्या विधीपासून मार्टिन मला आवडू लागला होता. नजरेला नजर भिडताच कळले होते की, हाच तो. मार्टिन भेटेपर्यंत पहिल्या नजरेच्या प्रेमावर माझा विश्वास नव्हता. जेव्हा माझे मित्र-मैत्रिणी पहिल्या नजरेच्या प्रेमाबद्दल बोलायचे, तेव्हा मला कळायचे नाही की, ते प्रेमाबद्दल बोलताहेत की नजरेबद्दल. प्रेम म्हणजे नक्की काय असते? मला कधीच कळले नाही; पण आता वाटते, खरे प्रेम म्हणजे जेव्हा तुम्ही ती व्यक्ती जशी असेल तशी तिला स्वीकारून प्रेम करता, तुमच्या आदर्श प्रतिमेवर तुम्ही प्रेम करत नाही. आपण ढोबळमानाने प्रेम म्हणतो, ते म्हणजे फक्त सुंदरतेला दिलेली दाद असते; त्यामुळे पहिला भर ओसरल्यानंतर जेव्हा आपण त्याचे चारित्र्य प्रत्यक्षात जोखतो, तेव्हा प्रेम आपोआप लुप्त होते. माझ्या बाबतीत असेच झाले. प्रेम आपोआप ओसरले आणि सौंदर्याच्या कोणत्याही छटा प्रेमाला वाचवू शकल्या नाहीत.

मनुष्य सौंदर्याकडे आकर्षित होत असेलही; पण दिसण्याच्या पलीकडे काहीतरी हवे जे ते आकर्षण टिकवू शकते. नाहीतर तेच आकर्षण तिरस्कारात बदलते. जेव्हा तुम्ही पहिल्या आकर्षणाची पायरी चढता आणि दुसऱ्याचा स्वभाव जाणू लागता, तेव्हा तुमचे संबंध खऱ्या अर्थाने जुळू लागतात. मैत्रीचा पाया मजबूत होतो आणि हीच खरी वेळ असते, प्रेमाची ग्वाही देण्याची.

पण मार्टिनबद्दल माझ्या मनातल्या भावना शारीर आकर्षणापलीकडच्या होत्या. त्याच्या डोळ्यांत मला प्रामाणिकपणा आणि शहाणपणा दिसला. 'हाच आहे तो' माझ्या हृदयाने निर्वाळा दिला; पण माझ्या मनाला प्रेमाची कबुली देण्याआधी मी वाट पाहण्याचे ठरविले. जेव्हा प्रेमाने डोळे आंधळे होतात, तेव्हा सर्वच आलबेल असते. आपण जेव्हा सुंदर सूर्यास्त बघतो तेव्हा आपली डोकेदुखी लगेच नष्ट होते आणि सर्व जग सुंदर दिसू लागते. सौंदर्य तुमच्यावर केवढा परिणाम करू शकते! अशा सौंदर्यामुळे क्षणिक सुख नक्कीच मिळते; पण जर तुम्ही थोडी अधिक काळ वाट बघितली तर सूर्याची वेगवेगळी रूपे तुम्हाला बघायला मिळतील. निरागस

सूर्योदयानंतर दुपारचा आग ओकणारा सूर्य, संध्याकाळी शांत, ध्यानस्थ बसलेला आणि नंतर कुठे दडी मारून बसलेला सूर्य परत दुसऱ्या दिवशी, जसे काही घडलेच नाही अशा निरागस आविर्भावाने उगवणारा सूर्य. ही सूर्याची जणू चक्राकार साखळी आहे, एका प्रियकराची आणि प्रेममय जीवनाची कहाणी आहे.

मार्टिन वेगळा होता. माझे मन सांगत होते; पण मी माझ्या मनाला प्रेमाची कबुली देण्यापूर्वी ठरवले की, मार्टिनला थोडे जास्त अजमावावे. 'मी भुलले आहे त्याच्यावर!' स्वत:लाच मी समजावले.

सकाळच्या थंडीत कुडकुडत, पायजमा घालून मी खिडकीजवळ बसले होते. कसलीच घाई नव्हती कारण आज सुट्टी होती. या दिवशी तुम्हाला जे वाटते ते करायचे; मनाला येईल ते खायचे. 'हा तुझा दिवस आहे,' कहुनांनी सांगितले होते.

मला मार्टिनसोबत दिवस व्यतीत करायचा होता. तो बगिच्यात शेजाऱ्यांच्या कुत्र्यांशी खेळत होता. तो उंच, काटक आणि देखणा होता. तीन कुत्र्यांबरोबर तोही धूम पळत होता. मला हसू आवरेना! एका धिप्पाड कुत्र्याने त्याला जमिनीवर पाडले. त्या तीन कुत्र्यांच्या गदारोळात त्याची निळ्या रंगाची जीन्स तेवढी दिसत होती.

मी झटपट तयार होऊन मार्टिनने दुसरे काही ठरवायच्या आत त्याला विचारायचे ठरवले. पंधरा मिनिटांत छानसा स्कर्ट, ब्लाउज आणि त्यावर भलामोठा फरकोट घालून मी तयारसुद्धा झाले.

मी बगिच्यात धावत गेले. धावल्यामुळे मार्टिन लालबुंद दिसत होता आणि आता टेबलाजवळ बसून गरम कॉफी पीत होता.

"आज काय करायचे हे मी ठरवले आहे," वेळ न दवडता मी म्हटले.

"मला माहीत आहे आज काय करायचे," त्याच्याजवळ जात मी म्हणाले.

"ओह! खूपच छान! तू छान ड्रेस घातला आहेस." मार्टिन हसून म्हणाला.

मी सुंदर दिसते हे त्याने कबूल केले, असे मला तरी वाटले. या विचारानेच माझा आत्मा सुखावला. आपण लोकांच्या बोलण्याचा अन्वयार्थ आपल्या सोयीने लावतो. किती मजेदार! आपल्या अपेक्षेनुसार आपण आपले आयुष्य जगतो. आपण कधीच 'बिचारे' नसतो. लोकांच्या बोलण्याचे आपल्या सोयीने विचित्र अर्थ लावून नंतर अपेक्षाभंग ओढवून घेतो. मी प्रेमात होते म्हणून मार्टिनने सांगितलेली प्रत्येक गोष्ट प्रेमातून आलेली आहे, असे मला वाटायचे. 'प्रेम मूर्ख असते' म्हणतात ना! खरी गोष्ट म्हणजे आपण आपल्या इच्छांचे जाळे इतरांच्या संवादात विणतो आणि नंतर मूर्खासारखे स्वत:ला आनंदी किंवा दु:खी करून घेतो. मार्टिनने म्हटले नव्हते की, मी सुंदर दिसते; पण मी मात्र त्याच्या शब्दांचा अन्वयार्थ असाच लावला कारण मी त्याच्या प्रेमात होते.

"मला आजचा दिवस तुझ्याबरोबर व्यतीत करायचा आहे," मी थोडी जास्तच

आग्रहीपणे बोलले. जणू काही मी दोघांकरता आजच्या दिवसाची आखणी केली होती.

"खूपच छान! मग तुला काय करायला आवडेल?'' मार्टिनने आढेवेढे न घेता विचारले.

मला खूप आवडले त्याचे बोलणे. तो माझ्याबरोबर दिवस व्यतीत करायला तयार होता. हीच तर त्याच्या प्रेमाची खूण नव्हती ना? त्याच्या प्रेयसीचा त्याला कंटाळा आला असेल. तिने त्याला वाईट वागवले असेल. हीच एक संधी असेल माझ्यासाठी. त्या क्षणी मला जाणवलेही नाही की, मी माझ्या आधीच्या प्रियकरासारखी वागते आहे. प्रेमभंगाचे दु:ख ताजे असले तरी मार्टिनचे लग्न मोडून मी केवढे भयंकर कृत्य करणार होते, हे माझ्या लक्षात आले नाही. मी प्रेमात होते. माझा आधीचा प्रियकरही असाच प्रेमात पडला असेल आणि त्याला कळलेच नसेल की, त्याच्या प्रेमात पडण्यामुळे मला केवढे भयंकर दु:ख होईल. आयुष्य किती विचित्र आहे. आपल्याला आपल्या दु:खाची जाणीव होते; पण आपल्यामुळे दुसऱ्याच्या आयुष्याला केवढी इजा पोहोचते हे आपल्याला कळतच नाही.

"तू जे म्हणशील ते. मला ही जागा नवीन आहे. मला नाही माहीत काय करायचे ते.'' मी आनंदून म्हणाले. माझ्या डोक्यात नवनवीन योजना सुरू झाल्या.

"तू अतिविशेष व्यक्ती आहेस. हे तुला माहीत आहे?'' मार्टिनने विचारले.

त्याच्या बोलण्यातून प्रेम व्यक्त होत होते का? माहीत नाही आणि आता मला त्याच्याशी देणे-घेणे नव्हते.

"मी तुला आज आध्यात्मिक फेरफटका मारायला घेऊन जाणार आहे. कधी जायचे हे ठरव आणि त्यावेळी मी तुला घ्यायला येईन,'' मार्टिन हसून म्हणाला.

"आध्यात्मिक फेरफटका?'' मी विचारले, "म्हणजे काय?'' मी उल्हसित होते; पण थोडीशी गोंधळलेली होते.

"होय. आध्यात्मिक फेरफटका. एक प्रश्न मनात ठेवून आपण फिरणे चालू करू या आणि जेव्हा आपले फिरणे संपेल तेव्हा मनातील प्रश्नाचे उत्तरही मिळेल. तू ठरव फिरायला कोठे आणि कधी जायचे ते. आपण जगात कोठेही फिरायला जाऊ शकतो,'' डोळे मिचकावत तो म्हणाला.

मला व्हेनिसला माझ्या जिवलगाबरोबर जायचे होते. व्हेनिस जर जवळ असेल तर!

"मला जंगलात, रात्री, गच्च ताऱ्यांच्या खाली फिरायला आवडेल,'' मी म्हणाले.

मार्टिनच्या चेहऱ्यावर प्रश्नचिन्ह उमटले.

"रात्री? तुला खात्री आहे?'' त्याने पुन्हा विचारले. त्याला वाटले की, त्याने चुकीचे ऐकले आहे.

"होय, मला गच्च ताऱ्यांच्या खाली, गर्द काळोखात आणि निबिड अरण्यात तुझ्याबरोबर फिरायला आवडेल."

"प्रामाणिकपणे सांगायचे झाले तर मी रात्री कधीच कोणाला आध्यात्मिक फेरफटक्यासाठी घेऊन गेलो नाही. ही पहिलीच वेळ आहे; पण ही तुझी निवड आहे आणि तू चालणार आहेस. मी तुला रात्री आठ वाजता इथेच भेटेन. तू तयार राहा," कॉफीचा शेवटचा घोट घेत मार्टिन म्हणाला. नंतर तो उठला आणि धावणाऱ्या कुत्र्यांबरोबर आणखी जोरात धावू लागला.

"वा!" माझा आत्मा खुशीने हसला. "आध्यात्मिक फेरफटका मार्टिनबरोबर? खूपच छान!"

अख्खा दिवस मी लोळण्यात घालवला. कधी पलंगावर लोळायचे तर कधी बगिच्यात गवतावर लोळून ढगांचे बदलते आकार बघायचे. संध्याकाळ झाली तशी थंडी वाढली आणि ढग गडद काळे आणि पाण्याने जडसर झाले. आता वादळ तर सुटणार नाही ना? माझे मन खट्टू झाले.

"नाही ऽऽऽ!" मी आकाशाकडे बघून माझ्या मुठी आवळल्या. "आज रात्री नाही! इतर वेळी कधीही; पण आज रात्री नाही!" पण आकाशाने मला प्रत्युत्तर दिले होते. माझ्या चेहऱ्यावर पावसाचे पहिले थेंब पडले. मी भिजू लागले.

माझे डोके झाकून मी कॉटेजकडे पळाले. ती अख्खी संध्याकाळ मी खिडकीत बसून पाऊस बघण्यात आणि आठ वाजेपर्यंत ढग जाण्यासाठी प्रार्थना करण्यात घालवली. हाय रे देवा! विश्व माझ्या हुकमावर चालत नाही; पण जे करणे आवश्यक होते ते मी केले; पण नियमांमध्ये माझ्या चालण्याला आणि चांदण्या रात्रीला काय अर्थ?

रात्रीचे पावणेआठ वाजले होत; पण अजूनही ढग होते. माझे मन खट्टू झाले होते. डोळे अश्रूंनी डबडबले होते. मार्टिनबरोबर राहण्याची ही एकमेव संधी होती; पण त्या मूर्ख पावसाला काय माहीत? माझ्या आयुष्यात अडथळा आणून विश्व जणू सवंग मजा पाहत होते.

"माझ्याच बाबतीत नेहमी असे का होते?" मी विचार केला, "मी कमनशिबी आहे. भाग्यविधाता कधीच माझ्या बाजूने नसतो. प्रत्येक वेळी मला जे पाहिजे असते ते, थोडक्यात माझ्या हातातून निसटते." मला हुंदके अनावर झाले.

मला आठवले, शाळेत असताना एका प्रोजेक्टसाठी एवढी मेहनत घेतली होती; पण शाळेच्या प्रेसिडेंटच्या मुलीने पदक पटकावले होते. आयुष्य खडतर असते हे मला लहानपणीच कळले होते. कॉलेजमध्ये असताना मी खूप हुशार होते; पण कॉलेजची मुले बुद्दू मुलींच्याच मागे जायची. तेथे माझी हुशारी कामी नाही आली. जेव्हा माझ्या मनासारखे घडायचे नाही तेव्हा पुनश्च मनाला समजावून

सांगायचे. आयुष्य खडतर आहे! कॉलेजचे फुलपाखरी दिवस माझ्या वाट्याला कधीच आले नाहीत. खूप कष्ट करावे लागले. माझे मित्र-मैत्रिणी पाट्यांमध्ये गुंग असताना मी माझ्या विद्यार्थ्यांना शिकवले. जेव्हा मला माझ्या स्वप्नातील राजकुमार भेटला आणि वाटले की, आता आयुष्यभर मी सुखात राहीन, तेव्हा माझ्याहून सरस मुलीने त्याचे लक्ष वेधले. आयुष्य खडतर आहे– माझी खात्री झाली. मला वाटू लागले की, मीच कमनशिबी आहे.

दारावर टकटक ऐकली आणि मी डोळे पुसले. दरवाजा न उघडता मेरी ओरडली,

"मार्टिन तुला घ्यायला आला आहे." आणि ती निघून गेली.

मार्टिन येथे आला ? पावसात आला? अरे, माझ्या देवा! मला काय करावे ते सुचेना! कोणता ड्रेस घालावा? माझे डोळे सुजलेले दिसताहेत! किती भयंकर दिसते मी!

दारावर पुन्हा टकटक झाली.

"तू तयार आहेस का? मार्टिन विचारत होता.

"हो," मी ओरडले. "एका मिनिटात येते."

मी माझी जीन्स आणि पळण्याचे जोडे घातले. तोंडावर पाणी मारले, आरशात पाहून छानशी हसले, माझा कोट उचलला आणि बाहेर पळाले.

मार्टिन बाहेरच उभा होता. त्याने गुडघ्यापर्यंत बूट घातले होते. टोपीसह विंडचीटर घातले होते. पावसाने त्याचा चेहरा ओला झाला होता.

"तू जोरदार वादळ निर्माण केलेस!" त्याने हसून माझ्याकडे पाहिले.

"हे घे," एक मोठे जॅकेट आणि गुडघ्यापर्यंतचे बूट मला देत तो म्हणाला. "तुला आध्यात्मिक फेरफटक्यामध्ये चांदण्या रात्री याची गरज भासेल." आम्हाला दोघांनाही हसू आवरले नाही.

मी जॅकेट आणि बूट घातले. मार्टिनने माझा हात धरला आणि आम्ही बाहेर पडलो. बाहेर अंधार होता आणि पाऊस पडत होता. गवत दिसत नव्हते आणि माझ्या प्रत्येक पावलागणिक पाणी उडत होते. अगदी अंटार्क्टिकाएवढे थंड वाटते आहे. जोरदार वाऱ्यामुळे पावसाचे सपकारे जोरात लागत होते. गाडीच्या वायपरप्रमाणे तोंडावरून पाणी निपटण्याचा मी प्रयत्न करत होते.

"आपण महामार्गापर्यंत चालत जाऊ आणि तेथून बस पकडू. जंगलापर्यंत पोहोचायला वीस मिनिटे लागतील." मार्टिन त्याची चालण्याची गती वाढवत म्हणाला आणि त्याने मला अक्षरशः खेचत नेले. माझे हात गारठले होते आणि गरम जॅकेटमधूनही बोचरी गार हवा आत शिरत होती.

चिखलाने माखलेले केस, ओला चेहरा आणि ठिकठिकाणी खरचटलेल्या

खुणा अशा अवस्थेत आम्ही महामार्गावर पोहोचलो. माझे दात वाजत होते. अचानक लांबवर दोन पिवळे दिवे अंधारात चमकताना मी पाहिले.

''चला, आपण योग्य वेळी पोहोचलो.'' तो हसला.

आम्हाला घेण्यासाठी बस थांबली. ती रिकामी होती. आम्ही दोघेही समोर जाऊन बसलो.

''तू हे सर्व कसे केलेस?'' मार्टिनने त्याचा चेहरा बाह्यांनी पुसत विचारले.

''मी काय केले?'' मी विचारले. मला कळेना की, तो कोणत्या संदर्भात बोलतोय.

''तू पावसाला कोसळायला कसे भाग पाडलेस? '' मार्टिनने निरागसपणे पण कुतूहलाने विचारले.

त्याच्या दृष्टीने वादळ आणि पाऊस हा अपघात नव्हता. त्याला माहीत होते की, हे मी केले आणि तो उत्सुक होता की, मी हे कसे केले आणि का?

''तुला असे म्हणायचे आहे की, मी त्या ढगांवर प्रभाव पाडला आणि त्यांना सूचना दिल्या की, आध्यात्मिक फेरफटक्यापूर्वी पाऊस पाडा?'' मला अचंबा वाटला; पण मार्टिनचे तेच मत होते.

''होय आणि मला जाणून घ्यायचे आहे हे तू का केलेस?'' तो म्हणाला.

''मला काहीच कल्पना नाही तू काय बोलतो आहेस, मार्टिन.'' मी प्रतिसाद दिला आणि नंतर उर्वरित प्रवासात आम्ही दोघेही शांत होतो.

मी वादळ निर्माण केले? माझ्या डोक्यात अनेकदा हा प्रश्न आला; पण त्याचे उत्तर मी शोधू शकले नाही.

बस थांबली. मार्टिनने माझा हात धरून मला उतरवले. आम्ही महामार्गावर आलो होतो. रस्त्याच्या दोन्ही बाजूंना घनदाट जंगल होते. ढगांचा गडगडाट सुरू झाला आणि जोरात पाऊस पडू लागला. गमतीत म्हणायचे तर आध्यात्मिक फेरीची ती दिव्य नांदी होती.

''आता कोणत्या दिशेला जायचे?'' मार्टिनने विचारले.

''मला माहीत नाही. मी म्हणाले. मला अजिबात कल्पना नाही.''

''ही कल्पना तुझी आहे; त्यामुळे तू ठरव.''

''पण आपण हरवलो तर?'' मी विचारले. मला मनातून फार भीती वाटत होती. माझ्या पोटात गोळा आला होता. माझ्या कल्पनेपेक्षा जास्त रोमांचकारी हा प्रवास होता. मार्टिनबरोबर जंगलात हरवणे ही कल्पना किती गमतीशीर होती!

''कधीतरी रस्ता सापडेलच ना!'' मार्टिन हसत म्हणाला.

वाद घालणे निरर्थक असते हे मी शिकले होते. मार्टिनला आध्यात्मिक फेरफटक्याचा निश्चितच अनुभव होता; त्यामुळे खूप विचार न करता मी मार्टिनचे

ऐकायचे ठरवले. काय होईल पुढे, माहीत नाही! मी अनोळखी प्रदेशात चालत होते. कोणत्या दिशेला जायचे कोण जाणे! माझ्या प्रवासाएवढेच माझे ध्येय अनिश्चित होते; पण माझ्या प्रत्येक पावलागणिक मला माझे ध्येय मिळेल हे मात्र नक्की! आयुष्य असेच असते. तुम्ही पुढे चालल्याखेरीज तुम्हाला कळतच नाही समोर काय वाढून ठेवले आहे आणि चांगली गोष्ट म्हणजे जर तुम्हाला आवडले नाही तर तुम्ही तुमची दिशा बदलू शकता. प्रत्येक पावलागणिक तुम्हाला मिळालेले हे पर्यायरूपी बक्षीस आहे.

मी दोन्ही बाजूंकडे बघितले. जंगल खूपच गूढ दिसत होते. पाऊस पडत होता आणि किर्र अंधार होता. अशा गूढ वातावरणाची मी कल्पनाही केली नव्हती!

‘‘आपण डावीकडे जाऊ या.’’ मी मार्टिनला म्हणाले आणि आम्ही रस्ता ओलांडून त्या गर्द अरण्यात शिरलो.

सगळीकडे अंधार दाटला होता. सूड घेणारे आत्मे आणि दात विचकणाऱ्या भुतांच्या भयपटामध्ये असतो तस्साच मिट्ट काळोख होता.

‘‘मला नाही माहीत कुठे जायचे ते.’’ मी म्हणाले.

मी मार्टिनचा हात घट्ट पकडला होता. मार्टिनबरोबर अशा रात्रीची मी कल्पनाही केली नव्हती.

‘‘इथे तूच नेतृत्व करणार आहेस,’’ त्याने स्वत:चा हात हळुवारपणे सोडवून घेतला.

‘‘मी तुझा सोबती आहे. प्रवासातला तुझा सख्खा सोबती! मी तुझ्यामागे येणार. याच हेतूने की, तुझ्यातील दिव्य प्रकाश जो तू तुझ्यापासून आणि जगापासून लपवून ठेवला आहेस, तो तू ओळखावास!’’

मला भीतीने गिळंकृत केले होते. ती रात्र खरोखरच भीतिदायक होती. सगळीकडे अंधार होता. ते कोणते जंगल होते कोण जाणे! कोण जाणे, कोणती श्वापदे राहत असतील येथे! कदाचित सूड घेणारे आत्मे, भुते माझ्यासारख्या निरागस प्राण्याची शिकार करायलाही टपले असतील!

कोणीतरी अचानक माझ्या अंगावर येऊन आदळले आणि मी किंचाळत मार्टिनवर उडी मारली.

‘‘सॉरी.’’ मी म्हणाले. लाजून मी चूर झाले. कारण मार्टिन अक्षरश: जमिनीवर पडला होता. तोल सांभाळत तो परत उभा राहिला.

‘‘काळजीचे कारण नाही. बहुतेक रानमांजर शिकारीला निघाले असावे.’’ तो म्हणाला.

आम्ही चालत राहिलो. एक रागावलेला रातकिडा किर्र आवाज करत एका झाडावरून दुसऱ्या झाडाकडे झेपावला. मी दचकले. मी परत मार्टिनवर उडी

घेतली. यावेळी त्याने माझा आधार घेत तोल सांभाळला.

"मला क्षमा कर मार्टिन." क्षमा कशी मागावी हेच मला कळत नव्हते.

या आध्यात्मिक फेरीमुळे मला नक्कीच हार्ट ॲटॅक येणार अन् माझा आत्मा मुक्त होणार असे दिसते. म्हणूनच याला आध्यात्मिक फेरफटका म्हणत असावेत. माझ्या मनात विचार आला.

"तू मनापासून सॉरी म्हणते आहेस मला? पुन्हा नक्की तू माझ्यावर उडी मारणार नाहीस?" मार्टिनने विचारले.

मी गोंधळले, मी सॉरी म्हटले होते. ठीक आहे अगदी आतून; ते पश्चात्तापाने बाहेर आलेले शब्द नव्हते; पण अतिशय सभ्यपणे आणि माझ्या चुकीची मी ताबडतोब पावती दिली होती आणि मार्टिनने त्याला हरकत घेतली होती. किती हा शिष्टपणा! मी मनात म्हणाले.

"जर तू अनिश्चित असशील तर क्षमा नको मागूस. कारण जेव्हा तू क्षमा मागतेस तेव्हा तू ग्वाही देतेस की, ती गोष्ट परत घडणार नाही आणि तुझी चूक तुला कळली आहे; पण तू क्षमा मागतेस आणि परत येरे माझ्या मागल्या! यामुळे तुझ्या माफी मागण्याची किंमत कमी होते आणि ती केवळ एक औपचारिकता होते," मार्टिन माझ्या डोळ्यांत खोल बघत म्हणाला. मी त्याच्याकडे लक्ष देण्याचा प्रयत्न केला; पण या घनदाट जंगलामुळे माझ्या हृदयाचे ठोके वाढले होते. माझे अजिबात लक्ष नव्हते.

"तुला अजूनही भीती वाटत असेल तर पुन्हा माझा आसरा घेण्याची परवानगी तू मागू शकतेस; पण तू उडी मारतेस आणि नंतर क्षमा मागतेस. क्षमा मागितल्यामुळे मी निर्धास्त होतो; पण तू परत उडी मारतेस! पुन्हा एकदा क्षमा मागतेस आणि पुन्हा तीच कृती करतेस. यामुळे मलाही त्रास होतो आणि तुलाही," मार्टिन मला चालण्याची खूण करत म्हणाला.

"मग मी काय करू?" माझ्या आवाजाला कंप सुटला होता.

"प्रामाणिकपणे तुला काय वाटते ते सांग, औपचारिकता नको." माझ्या खांद्याला हळुवार स्पर्श करत मार्टिन म्हणाला.

आपण कितीतरी वेळा औपचारिकपणे सॉरी म्हणून मोकळे होतो. सॉरी म्हणून पळ काढणे केवढे सोपे असते! पण प्रत्यक्ष प्रसंगाला सामोरे जाणे महाकठीण! कितीतरी वेळा मी कारण नसताना माफी मागितली आहे आणि प्रत्येक सॉरीनंतर धैर्याने सामोरे न जाता पुन:पुन्हा तेच ते करत आले आहे.

एकदा रागाच्या भरात क्षुल्लक कारणासाठी मी घर सोडून गेले. परत आले तेव्हा आई धाय मोकलून रडत होती. मी तिची क्षमा मागितली, सांत्वन केले आणि पुन:पुन्हा सांगितले की, 'आता मी घर सोडून जाणार नाही.' पण काही आठवड्यांनंतर

क्षुल्लक कारणासाठी मी पुन्हा घर सोडले आणि घरी आल्यानंतर 'सॉरी, मी पुन्हा असे करणार नाही' असे आईला सांगितले. असे पुन:पुन्हा घडत गेले. 'सॉरी' या शब्दाचा अर्थच मी जणू नाहीसा केला होता. जेव्हा मी मांजराच्या पावलांनी घरात शिरायची, माझ्या आत्मसन्मानाचा पार चुरा व्हायचा. आईबरोबरचे नातेही खूप ताणले गेले होते. बहुतांश लोकांप्रमाणेच मीही वागले होते. यांत्रिकपणे क्षमा मागून वेळ टाळली होती. खरेतर क्षमा मागण्याच्या कारणापर्यंत जाऊन मला मूळ खणून काढायला हवे होते.

मी धीर करून म्हणाले, ''मला वाटते मार्टिन, मी अंधाराला फार घाबरते. घरीसुद्धा मी दिवा बंद न करताच झोपते.''

''मग तू रात्र का निवडलीस?'' मार्टिनने हसत विचारले. त्याला माझे उत्तर माहीत असणार; पण माझ्याकडून काढून घ्यायचे होते.

''मला चांदण्यांनी गच्च भरलेले आभाळ खूप आवडते. ते बघितल्याने अथांग विश्वाची सतत आठवण राहते. दुसरे ग्रह अस्तित्वात असतील, आपल्यापेक्षा जास्त बुद्धिमान प्राणी त्या ग्रहांवर असतील आणि त्यांना भेटायला मला आवडेल. मला त्यांच्याशी संवाद साधायला आवडेल. मला तिथे जायचे आहे. मला सबंध विश्व बघायचे आहे. रात्रीचे आकाश माझ्या कल्पनाशक्तीची कवाडे खुली करते. मी आकाशगंगेत विहार करते, ग्रहांवर फेरफटका मारते. मला त्यांच्याशी संवाद साधायचा आहे. मला माझा आध्यात्मिक फेरफटका अधिक हुशार, प्रगल्भ आणि एकमेकांविषयी करुणा असलेल्या जगाशी जोडणारा हवा.''

माझे बोलणे ऐकून मलाच एवढे आश्चर्य वाटले की, त्या गर्द अरण्याचा जणू विसरच पडला.

''जर तुम्ही तुमचा परीघ वाढवला तर आपोआप तुमच्या ज्ञानाचा परीघ वाढेल. तुमची वाढ झाली तर तुमचे जग वाढेल. तुमची वाढ झाली तर तुमचे जगावरचे प्रेमही वाढेल आणि जेव्हा तुमची वाढ होते तेव्हा विश्वाचा परीघही विस्तारतो. तेथे उच्च प्रतीचा बुद्ध्यांक आहे आणि त्यांचे लक्ष वेधून घ्यायचे असेल तर तुमच्या आत उच्च प्रतीचा बुद्ध्यांक निर्माण करावा लागतो. तुम्ही स्वत:लाच घालून दिलेल्या मर्यादांना आणि वायफळ भीतीला छेद द्यावा लागतो,'' मार्टिनने सांगितले. बोलता बोलता तो थांबला. माझा हात धरून त्याने विचारले, ''सर्वांत काळीकुट्ट जागा तुला कोणती दिसते आहे?''

मी वळून परत मागे फिरले. मार्टिनच्या जास्तीतजास्त जवळ जाण्याचा प्रयत्न केला. सर्वांत काळीकुट्ट जागा? येथे तर सर्वदूर अंधारच होता. मिट्ट काळोख! एकाएकी वीज कडाडली आणि आम्ही चालत होतो तो रस्ता दिसला. माझ्या भोवतालचे जग राखाडी काळपट रंगाचे होते. विजेमुळे चांदीचा रंग ल्यालेली झाडे

माणसांचे वेष पांघरून मला चिडवू लागली आणि परत अंधार झाला. मी डोळ्यांना ताण देऊन पाहत होते, माझ्या हृदयाचे ठोके जलदगतीने पडत होते आणि मला सर्वांत काळीकुट्ट जागा सापडली.

ते एक मोठे वाकलेले झुडूप होते. त्या झुडपाखाली सर्वांत जास्त काळीमिट्ट जागा होती.

''ती बघ सर्वांत काळीकुट्ट जागा,'' मी मार्टिनला दाखवले.

''छान! जा आणि काळोखाचा अनुभव घे. झुडपाजवळ जाऊन काळोखाला सामोरी जा,'' मार्टिन माझा हात सोडवत आणि मला हलकेच ढकलत म्हणाला.

माझ्या डोक्यात ओळखीचे भीतिदायक आवाज फिरू लागले. पृथ्वीतलावर अशी कोणतीच शक्ती नाही जी मला काळोखाकडे घेऊन जाऊ शकेल. मी तेथे जाऊच शकणार नाही. मी मरेन. तिथली भुते मला मारून टाकतील. रानटी जनावरे हल्ला करतील. मांजर माझा आत्मा चोरेल. चित्ता माझ्या हाताचे लचके तोडून खाईल. अस्वल माझे डोके तुडवेल. चेटकीण पकडून मला इतर रानटी प्राण्यांबरोबर उकळत्या पाण्यात टाकेल. मांसभक्षक मला पकडून माझे लुसलुशीत मास खातील. भुते माझे शरीर जाळून माझ्या हाडांचा चुरा करतील. मी मरणार! नक्की मरणार. मला मरणाची भीती वाटली. त्या काही क्षणांमध्ये मी हजारदा मेले असेन; पण मला माहीत होते की, जर मी त्या काळोखाला सामोरी गेले नाही तर मला आयुष्यभर रिकामा, आत्माविरहित देह पेलावा लागेल.

मी बिचकतच त्या झुडपाजवळ गेले. खरे तर मला तेथून कायमचे पळायचे होते; पण मी त्या झुडपाकडे पाठ फिरवली नाही. मार्टिनला सोडून द्यायचे का इथेच. 'मरू दे त्याला इथेच. मला परत जायचे आहे,' माझ्या मनात विचार आला; पण आणखी काही पावले मी समोर टाकली.

ते झुडूप पंधरा फूट दूर होते. काळोखाच्या अनेक छटा त्यावर उमटल्या होत्या; पण अगदी तळाशी पूर्ण काळोख होता. निर्विकार मनाने मी त्या झुडपाकडे पाहत राहिले. मनात एकही विचार येत नव्हता. जणू काही मला मनच नव्हते. मी फक्त निरीक्षक होते. त्या झुडपाचा आकार मी पाहत होते. त्याच्यावर मोठाली, घट्ट विणलेली पाने होती. पाने एवढी मोठी होती की, त्यांच्याखाली एक नवीन जग सामावून जाईल; पण या झुडपाला फळे नाहीत, फुले नाहीत; माझे लक्ष त्या झुडपाच्या तळाशी गेले. मी आणखी थोडी समोर गेले आणि बुडावर बसून न्याहाळू लागले. माझ्या लक्षात आले की, दोन चमकणारे डोळे मलाही न्याहाळत आहेत. ती रानमांजर एका झुडपावरून दुसऱ्या झुडपाकडे गेली. मी तिथे स्तब्ध बसले होते. ती रानमांजर मला घाबरली होती. मला झाडाचा बुंधा स्पष्ट दिसू लागला. त्या बुंध्यावरची बांडगुळेही दिसू लागली, जी इतर फांद्यांनी झाकलेली होती. माझे पाय

बधिर होऊ लागले आणि तिथे जास्त वेळ बसवेना. मी उठले. आणखी एकदा त्या झुडपाकडे पाहिले. ते केवळ एक झुडूप होते. काळोखातले झुडूप.

झुडपाला काळोख आवडत होता असे नाही. इतर सर्व झाडांप्रमाणेच तेही मिट्ट काळोखात होते. त्या काळोखाची माझ्यावर जेवढी कृपा होती, तेवढीच त्याच्यावरही होती. काळोख ही जीवनातील एक घटना आहे; पण ते आयुष्याचे अंग नाही. काळोखाला आपण जिंकू शकतो. जर आपली भीती आणि त्यामुळे आपल्या मनात निर्माण झालेल्या राक्षसांना आपण शिरजोर होऊ दिले नाही तर... काळोख म्हणजे प्रकाशाचे नसणे. प्रकाशाच्या विरुद्ध शब्द म्हणजे काळोख नव्हे.

मी कधीच काळोखाकडे या दृष्टिकोनातून बघितले नव्हते. काळोख म्हणजे एक अवस्था; पण पूर्णांग नव्हे. काळोख म्हणजे बदल. तो तात्पुरता असतो. काळोखाची व्याख्या करणे किंवा त्याच्याविरुद्ध लढा देणे व्यर्थ आहे. कारण सकाळ झाली की, तो नाहीसा होतो. तुम्ही सूर्याशी जसे लढू शकत नाही त्याप्रमाणे तो नाही म्हणूनही लढू शकत नाही.

माझा विश्वास नाही बसला; पण मला त्या क्षणी अतीव शांती लाभली.

मी मागे फिरले. मार्टिन अचल उभा होता. आता मी माझ्या अस्तित्वाबद्दल काकणभर जास्त आत्मविश्वास बाळगून मार्टिनकडे गेले. त्यालाही ते जाणवले. त्याने मला उबदार आलिंगन दिले. दोघांच्याही जॅकेटमधून पाणी निथळले. तो एक शब्दही बोलला नाही; पण मला कळले की, त्याला माझा अभिमान वाटत होता.

आम्ही पुढे चालत गेलो. मी अंधारात वाट दाखवत होते. मला माहीत नाही मी कोठे जात होते; पण कुठेतरी पोहोचण्याची शाश्वती होती आणि हीच गोष्ट माझ्या प्रवासाला अर्थ देत होती.

"तुझा प्रश्न कोणता आहे?" मार्टिनने विचारले, "आध्यात्मिक फेरफटका म्हणजे प्रश्नाचे उत्तर मिळणे. तुझा प्रश्न कोणता आहे?"

"मला सहजासहजी यश मिळत नाही. मला खूप झगडावे लागते. मला एवढा झगडा द्यावा लागतो की, शेवटी मी कोलमडून हातचे जाऊ देते आणि जेव्हा मी पाठ फिरवते तेव्हा यशाचे दार थोडेसे किलकिले होते. जगात एवढे झगडावे का लागते? मला फार राग येतो या गोष्टीचा. जगाने का स्वीकारू नयेत माझे परिश्रम आणि चिकाटी? त्यामुळे केवढातरी वेळ वाचेल. लोकांचा विश्वास संपादन करता करता, माझे काम सुरू करण्यापूर्वीच माझे आयुष्य संपेल. आयुष्य सुसाट वेगाने धावतेय. मला का नाही मिळत यश? सारखे युद्धभूमीवर का राहावे लागते?" एका दमात मी सर्व भडाभडा बोलले. मी थोडे जोरातच बोलले असेन, कारण जवळच्या झाडांवरून पक्षी जोरजोरात ओरडू लागले.

"शू ऽऽऽ सॉरी," मी त्यांची क्षमा मागितली आणि मार्टिन जोरात हसला.

"शूऽऽऽ सॉरी,'' ओठांवर बोट ठेवत माझी नक्कल करत तो म्हणाला.

"तू फारच मजेदार आत्मा आहेस,'' तो मनापासून म्हणाला, "तुला झगड्याची व्याख्या माहीत आहे?''

"झगडा म्हणजे परिश्रम. लांब, कंटाळवाणे कामाचे तास. झगडा करावा लागतो म्हणजे लोकांना माझ्या कामाची किंमत कळत नाही. जेव्हा दुसऱ्यांच्या वाईट हेतूंमुळे माझ्या कामात अडथळा येतो. माझा सद्‌हेतू असूनही जेव्हा मला फसवले जाते. मला नाही करायचे आता परिश्रम,'' मी तीव्र स्वरात म्हणाले. मला माझ्या वैतागाचाही वैताग आला होता.

"तुला असे म्हणायचे आहे का? की, तुला आता परिश्रम करायचे नाहीत? तुला अनेक तास परिश्रम करण्याचा कंटाळा येतो?'' मार्टिनने विचारले, "तू आळशी मुलगी असावीस असे वाटत नाही.'' अंधारात त्याने डोळे मिचकावलेले मला दिसले.

"नाही, मला खूप परिश्रम करायचे आहेत आणि तासन्तास काम करणेही मला खूप आवडते; पण जेव्हा लोक अडथळे निर्माण करून मला मागे खेचतात, तेव्हा मला नकोसे होते. मला पुढे जायचे आहे. विजेच्या वेगाने यशोशिखर गाठायचे आहे; पण लोक करू देणार नाहीत तसे,'' मी माझ्या आयुष्याबद्दलचे गाऱ्हाणे मांडले.

"तुला माहीत आहे, मला तुझे सगळ्यात जास्त काय आवडते? तू काळाच्या पुढे विचार करतेस. तू तुझाच नाही तर इतरांचाही काळाच्या पुढे विचार करतेस. तुला दैवी देणगी आहे. ईश्वराची कृपा आहे. काही लोक त्यांच्यासाठी एवढी दुर्दैवी परिस्थिती निर्माण करतात की, त्यांना त्यांचा वर्तमानही धड दिसत नाही. मग तुझी दृष्टी, तुझ्या आकांक्षा कशा दिसणार? तुझे काम तुझ्यासाठी करत जा. जेव्हा ते फक्त इतरांसाठी असते तेव्हा लोकांच्या स्वीकाराचा किंवा नकाराचा तुझ्यावर परिणाम होईल. मोठमोठे उद्योजक आध्यात्मिक पातळीवर खाली आपटतात कारण त्यांचे काम किंवा त्यांनी उत्पादित केलेल्या वस्तू त्यांच्यासाठी नसतात. त्यांच्या वस्तू जगाने स्वीकारण्यावर त्यांची नियती अवलंबून असते आणि लोकांचे मन जिंकण्यातच त्यांचा भरपूर पैसा खर्च होतो. पैसा का खर्च होतो? कारण ते यशस्वी व्हावेत म्हणून! याला उत्क्रांती म्हणत नाहीत आणि आध्यात्मिक प्रगतीही म्हणत नाहीत. जेव्हा तू काम करतेस, एखादी गोष्ट निर्माण करतेस; त्यामुळे तुला फायदा होतो का? जर पूर्ण जगाने तुझे काम नाकारले तरी तुला फायदा होतो का?'' मार्टिनने विचारले.

"होय. मला सर्वाधिक फायदा होतो. मी वैयक्तिक प्रगतीसाठी, नेतृत्वगुण विकसित करण्यासाठी भारतात कार्यशाळा घेते. या विषयासंबंधात मी अत्युत्कृष्ट

वक्ता म्हणून सर्वत्र परिचित आहे. यशस्वी होण्यासाठी मी सतत अभ्यास करते कारण जेवढा जास्त अभ्यास तेवढी मी माझ्या कामात निपुण बनेन. जेव्हा मी शिकते तेव्हा माझी प्रगती होते आणि माझे ज्ञान आणि त्यामुळे आलेले शहाणपण दुसऱ्यांना द्यायला मला भाग पडते. तो माझा व्यवसाय आहे.'' मी स्पष्ट केले. माझे हे वस्तुनिष्ठ विचार ऐकून मलाच आश्चर्य वाटले.

''जर तुझ्या कार्यशाळांना कोणीच आले नाही तरी तुझ्या कामामुळे आणि तुझ्या अभ्यासामुळे तुला फायदा होईल?'' मार्टिनने विचारले.

''हो, मी आयुष्यभर विद्यार्थीच आहे. मला शिकायला आवडते. मला प्रवास करायला आवडतो. माझे काम मला मनापासून आवडते. खरे तर मी काही हेतूपूर्वक हा व्यवसाय निवडलेला नाही; पण संवाद साधायला मला खूप आवडते आणि पैसा ओघाने येतोच! एवढे साधे आहे हे. लोकांनी मला पैसा दिला नाही तरी मी बोलेन, कार्यशाळा घेईन,'' मी प्रामाणिकपणे सांगितले.

''मग इतर लोकांचे शिक्कामोर्तब कशाला पाहिजे? तू कधी प्रेमात पडलीस का? तुला प्रेमात पडायला लोकांची परवानगी लागते का? तुला कोणावर प्रेम व्यक्त करण्यासाठी लोकांची परवानगी लागते का? तू सगळे अडथळे पार करून विशेष व्यक्तीला भेटायला जाणार नाहीस का? कोणी अडथळा निर्माण केला तर तू त्याची पर्वा केलीस का? लोकांना प्रणयी युगुल समजतच नाही. कोणत्याही क्रांतिकारकाशी बोल, तो तुला त्याच्या एकाकी वीरकथा सांगेल. कंपनीच्या प्रमुखाशी बोल, तो त्याच्या एकाकी क्षणांचे वर्णन करेल. तू धर्मोपदेशक, देवाचा पुत्र, बुद्ध किंवा पैगंबरांशी संवाद साध, ते तुला सांगतील की, त्यांच्या आयुष्याचा त्यांनी अपार फायदा कसा करून घेतला. लोकांच्या भावना, विचार, समजुती तुमच्या हातात नसतात. लोकांची स्वप्ने, त्यांचे आयुष्य तुमच्या हातात सोपविण्यापूर्वी त्यांना तुमच्या खरेपणाची चाचणी घ्यायची असते आणि एकदा का तुम्ही परीक्षेत पास झालात तर जग तुमचे असते; पण परीक्षा पास होण्यासाठी तुम्हाला जगावर प्रेम करावे लागेल आणि जर तुमच्या मनात जग आपल्याविरुद्ध आहे, असा विचार ठाम असेल तर तुम्ही जगावर प्रेम करू शकणार नाही. जग तुमची प्रतीक्षा करते आहे. जगाला तुमची गरज आहे. वाट चुकलेल्या आत्म्यांनी लोकांची दिशाभूल करून त्यांना नाराज केले आहे; त्यामुळे तुझा खरेपणा ते तपासणारच.''

''मथितार्थ असा की, जर उद्या तू जगाला कोणताही संदेश न देता मरण पावलीस तर तुझ्या आयुष्याला काय किंमत राहील?'' मार्टिनने विचारले.

''होय, माझ्या कामामुळे लोक माझा सन्मान करतात, मी चांगली व्यक्ती आहे आणि मी कितीही नाकारले तरी मी माझ्यावर प्रेम करते,'' मी दीर्घ सुस्कारा सोडला.

"तुझ्या यशाची राखण कोण करते? तुझे यश कोण ठरवते? तुला कसे कळले तू यशस्वी आहेस ते?'' मार्टिनने कुतूहलाने विचारले.

"मला जेव्हा माझ्या कष्टाची फळे दिसतात तेव्हा यशस्वी असल्यासारखे वाटते. मला या ग्रहावरच्या प्रत्येकापर्यंत पोहोचायचे आहे आणि त्यांना सांगायचे आहे की, मी त्यांच्यावर प्रेम करते, मी त्यांच्यावर विश्वास ठेवते, त्यांचे सर्व चांगले होईल; आयुष्य खूप सुरेख आहे.''

"मग तू का नाही करत असे? कोणावर प्रेम करायला किंवा कोणापर्यंत पोहोचायला सरकारची परवानगी तर नाही लागत ना? तू या क्षणापासून सुरुवात करू शकतेस,'' मार्टिन वस्तुनिष्ठपणे म्हणाला.

हे मला आधी का नाही सुचले? उत्तर तर इथेच होते. उत्तर खूप साधे होते कारण ते दिव्यत्वाला स्पर्श करणारे होते. मला आधी कधीच हे उत्तर सापडले नव्हते. यशस्वी होण्यासाठी कोणाचीही परवानगी लागत नाही. मी किती वर्षे दुःखात काढली! कारण मला माहितीच नव्हते की, यश एवढे साधे असते. जर माझ्या कामामुळे माझी आध्यात्मिक वाढ होते आहे आणि मी दुसऱ्यांपर्यंत पोहोचून त्यांनाही मुक्तीसाठी मदत करते आहे, तर मी निश्चितच यशस्वी आहे.

माझ्या मनात मार्टिनबद्दल संमिश्र भावना होत्या. प्रेम, आदर, वासना आणि सगळ्या भावना खऱ्या होत्या. मला वाटते, आपण जे कोणी असतो त्या परीघामध्ये राहून दुसऱ्यांबद्दल भावना बाळगतो. त्याला समजून घेताना, मला मीही कळत होते.

"तू खूपशी माझ्यासारखीच आहेस,'' मार्टिन म्हणाला. जसे की त्यालाही माझ्याप्रमाणेच भावना होत्या. "तू खूप माझ्यासारखीच आहेस आणि मी जेवढे स्वतःवर प्रेम करतो तेवढेच तुझ्यावर करतो. जेव्हा मी प्रार्थनेसाठी डोळे मिटेन तेव्हा माझे आलिंगन तुला जाणवेल.''

प्रेमाच्या नेहमीच्या गुळगुळीत व्याख्येला मार्टिनने किती उच्च आयाम दिला होता, किती उच्च जागा दिली होती– अशी जागा जिथे कोणी हातसुद्धा लावू शकणार नाही, तिला हलवू शकणार नाही; नाहिशी करू शकणार नाही. ती जागा म्हणजे प्रार्थनेची आणि आशीर्वादाची जागा असते.

मला माहीत होते की, मार्टिन म्हणजे 'हाच तो' माझा जिवलग सखा होता; पण मला आता हेही कळले की, मी माझी वाट पाहत होते. मला माझी साथसंगत हवीहवीशी होती. मी माझी जिवलग सखी होते. मी प्रियकर होते, मी मित्र होते, मी सहचर होते आणि मी मलाच शोधत होते. मी मला सापडले होते. मी माझी मलाच गवसले होते.

"मला परत जायचे आहे,'' मागे वळून मी मार्टिनला सांगितले.

“प्रिये, मी तुझ्या मागे आहेच. आपण परत जाऊ या,” मार्टिन म्हणाला.

मी उजवीकडे वळून आत्मविश्वासाने चालू लागले. मला बाहेर जाण्याचा रस्ता माहीत नव्हता; पण हे माहीत होते की, मी पोहोचणारच. बाहेर पडण्याचा मार्ग आतमध्ये येण्याच्या मार्गापेक्षा वेगळा असतो आणि बाहेरच्या जागेचे आतल्या जागेशी साधर्म्य नसते. मी बाहेर पडेन तेव्हा निराळे जग माझी वाट पाहत उभे असेल. जिथून मी बाहेर पडले तिथे परत जाण्यात काय अर्थ? ‘बाहेर’ म्हणजे नवीन जग. ओळखीच्या जगाला चिकटून राहण्यात काय अर्थ आहे? तो भूतकाळ होता. ‘बाहेर’ माझे भविष्य होते. माझे भविष्य!

लवकरच आम्ही माळरानापर्यंत पोहोचलो. दूरवर प्रकाश दिसत होता. आम्ही बाहेर आलो होतो.

“आपण जेथे प्रकाश दिसतोय तिथे जाऊ या आणि कोणाला तरी पत्ता विचारू या.” मी मार्टिनला म्हटले. माझा आता स्वत:वर पूर्णपणे ताबा होता आणि मला नुकत्याच लाभलेल्या नवचैतन्याचा आनंद मी घेत होते. मार्टिनने हात वर केले. तो माझा गुलामच होता जणू!

आम्ही माळरानात पोहोचलो आणि ते किर्र जंगल सोडले. मात्र, जादू झाल्यासारखे आकाश निरभ्र झाले. ढग पळून गेले आणि चमचमत्या ताऱ्यांनी आकाश भरले. मी वर बघून उसासा टाकला. स्वच्छ आकाश केवढे सुंदर दिसत होते! ‘विश्वाबरोबर मी माझीही व्याप्ती वाढवणार!’ मी माझ्या मनाशीच म्हणाले.

कॉटेजमधून प्रकाश येत होता. अंधारातील ते एक उबदार घर होते. अंधारावर प्रकाश पसरत आमच्यासारख्या भरकटलेल्या आत्म्यांना ते दिशा आणि दिलासा देत होते. कॉटेजमधील माणूस आम्हाला पाहून अचंबित झाला.

“तुम्ही उत्तम हवामान घेऊन आला आहात. काही मिनिटांपूर्वी इथे पाऊस कोसळत होता. तुम्ही केवढे सुंदर आणि स्वच्छ आभाळ घेऊन आलात! कशी जादू केली तुम्ही?” माझ्याकडे पाहत त्याने विचारले.

मी हसले.

“मी भाग्यवान आहे आणि जेथे जाते तेथे माझे भाग्य घेऊन जाते,” शाळकरी मुलीसारखी मी खिदळत होते.

काही मीटर अंतरावरच महामार्ग सापडला आणि आम्ही बसची वाट पाहू लागलो.

“मी कसे काय वादळ निर्माण केले?” मी स्वत:ला जोरात विचारले.

“जिथे आपण सर्वांत उच्च पातळीवरील धडा गिरवणार असतो, तिथेच आपण स्वत:ला नेतो. तुझ्या अंतर्मनातील शांती उमजण्यासाठी तुला वादळ अनुभवण्याची आवश्यकता होती. तुझ्या आयुष्यात तू वादळेच निर्माण करत

होतीस. तुला माहितीच नव्हते की, तू निरभ्र आकाशात चमचमते तारेही निर्माण करू शकतेस. वादळाला आपोआप जाऊ द्यायचे, ते खरे तर अस्तित्वातच नसते पण आपोआप जाऊ दिल्यावरच चमचमते तारे दिसू लागतात. मनातील किल्मिषे निघून गेल्यावर, तू जे उत्तम करू शकतेस ते करण्यापासून परावृत्त न केल्यामुळे वादळ शमते. तू भीतीशी समोरासमोर सामना केल्यावर आणि तुझ्यासारखेच तिचेही अस्तित्व असते हे मान्य केल्यानंतर वादळ शमते,'' मार्टिन म्हणाला.

बसचे दिवे दिसू लागले. आम्ही बसमध्ये चढलो. यावेळी घर जवळ वाटत होते.

''तुमच्या दैनंदिन आयुष्यातही दररोज आध्यात्मिक फेरफटका मारता येतो. तुमचा दिवस 'आत'ने सुरू होतो आणि तुम्ही मोठे होता जेव्हा तुम्ही 'बाहेर' असता. तुम्ही तुमची वादळे शमवली आणि अंधाराशी सामना केलात आणि तुम्ही जे काही करता त्यात तुम्हाला ध्येय आणि यश सापडले तर तुमची उत्क्रांती होते,'' मार्टिन समोरच्या सीटवर पाय पसरत, मोठी जांभई देत म्हणाला.

मीही थकले होते. माझ्या छोट्याशा देहातील जाणिवेने समृद्ध झालेला आत्मा मात्र चुळबुळ करत होता आणि मला ते आवडत होते.

आम्ही कॉटेजला पोहोचलो. मी जॅकेट काढून माझे बूट भिरकावले.

''मी हे उद्या घेऊन जाईन,'' मार्टिन म्हणाला, ''आता शांत झोप.''

माझ्या कपाळाचे चुंबन घेऊन, त्या चांदण्या रात्री तो गुडूप झाला.

जेव्हा मी पांघरुणात शिरले तेव्हा त्या रात्री मला प्रेमाचा अर्थ समजला. प्रेम म्हणजे वाढ, प्रेम म्हणजे सहृदयता, प्रेम म्हणजे उत्क्रांती, प्रेम म्हणजे शिकलेला एक धडा, प्रेम म्हणजे एखादी गोष्ट करू देणे, प्रेम म्हणजे मनासारखे आयुष्य जगू देणे; मी प्रेमात होते, सर्वांच्या प्रेमात होते! जे कोणी अखंड विश्वात सामावले होते, त्या सर्वांच्या मी प्रेमात पडले होते.

■

माझ्या अनुभवांची शिदोरी : तुमच्यासाठी

→ सौंदर्यामागून प्रेम उमलते.

→ खरे प्रेम चिरकाल टिकते.

→ कधीकधी आपण नकळत दुसऱ्यांना दुखावतो. मात्र, त्याची जाणीव झाल्यावर स्वानुभवाने आपली वृत्ती हळूहळू क्षमाशील होते.

→ तुम्हाला जिथे धडा गिरवायचा आहे तेथे तुम्ही जाणारच आणि तुम्ही तेथून काही शिकावे म्हणूनच तुम्हाला तिथे नेण्यात येते.

→ विश्वास ठेवा अगर ठेवू नका; पण तुमची वादळे तुम्हीच निर्माण करता आणि तुमचा सूर्यप्रकाशही तुम्हीच निर्माण करता. हेच एकमेव सत्य आहे.

→ कधीकधी तुम्हाला माहीत नसते की, समोर काय आहे आणि तुम्ही पुढे गेला नाहीत तर तुम्हाला कळणारही नाही की समोर काय आहे.

→ जर तुम्ही जिथे जाता आहात ती दिशा तुम्हाला आवडली नाही तर तुम्ही वळू शकता.

→ क्षमा मागणे म्हणजे आपल्या चुकीची जाणीव होणे आणि चुकीला सामोरे जाणे.

→ घाबरण्याने तुम्ही छोटे होत नाही. तुम्ही जे स्वीकारू शकत नाही ते तुम्ही बदलूही शकणार नाही.

→ काळोख म्हणजे प्रकाशाच्या विरुद्धार्थी संकल्पना नव्हे. काळोख म्हणजे प्रकाशाचा अभाव; काळोखावर मात करण्यासाठी तुम्हाला धैर्याने प्रकाशाकडे जावे लागते.

→ यशस्वी होण्यासाठी कोणाचीही परवानगी लागत नाही. जर तुमची आध्यात्मिक प्रगती होत असेल आणि अन्य आत्म्यांच्या मुक्तीसाठी तुम्ही मदत करत असाल तर तुम्ही यशस्वी आहात.

→ ओळखीच्या गोष्टींना चिकटून राहण्यात किंवा सुरक्षिततेला चिकटून राहण्यात अर्थ नाही. तो भूतकाळ होता. 'बाहेर' म्हणजे भविष्य;

तुमचे भविष्य!

→ प्रेम म्हणजे प्रशंसा नव्हे. प्रेम म्हणजे वाढ, प्रेम म्हणजे सहृदयता, प्रेम म्हणजे उत्क्रांती, प्रेम म्हणजे आपण गिरवलेला धडा, प्रेम म्हणजे दुसऱ्यांना त्यांच्या मनासारखे करू देणे, प्रेम म्हणजे मनासारखे आयुष्य जगू देणे.

आगीवरून चालणे –
एक शोध

मी चार वर्षांपूर्वी आगीवरून चालले होते. माझ्या सळसळत्या तारुण्यात मी एका कार्यशाळेत गेले होते. तिथे मला दहा फूट लांबीच्या निखाऱ्यांवरून चालायला सांगितले होते. मीही मूर्ख होते. वाटलेच नाही मला इजा होईल. मी जखमी अवस्थेतच हॉटेलवर पोहोचले होते.

हे अग्निदिव्य करण्यापूर्वी मला प्रत्येकाने सांगितले होते, "तू मूर्ख आहेस! तू जखमी होशील!!" पण मी गेलेच. मला कुतूहल होते आणि मला अनुभव घ्यायचा होता. त्या रात्री माझी जखम मी गुप्त ठेवली. लोकांचे टोमणे ऐकण्यापेक्षा ती जखम जास्त सुसह्य! जखम भरली पण माझे कुतूहल अजून जागृत होतेच. मला सगळे समजून घ्यायचे होते. अजूनही माझे समाधान झाले नव्हते.

मी यात चार वर्षे घालवली. ज्या क्षणी मला कळायचे की, अशी कार्यशाळा कोणीतरी घेत आहे, मी त्यांना मदत करायला लगेच पुढे व्हायचे. निखाऱ्यांचा बिछाना तयार करणे, हा आगीवरून चालण्याच्या प्रक्रियेचा सगळ्यात कठीण भाग. अनेकांनी आगीवर चालण्याचे नेतृत्व करण्यापूर्वी अनेक वर्षे निखाऱ्यांचा बिछाना करण्याच्या तयारीत घालवली. निखाऱ्यांचा बिछाना करणाऱ्यावर निखारे व्यवस्थित पेटविण्याची, त्यांची पातळी समान करण्याची अशा अनेक जबाबदाऱ्या असतात. निखारे पेटवताना नाकातोंडात गरम हवा शिरल्याने ती व्यक्ती चक्कर येऊन पडू शकते किंवा जखमी होऊ शकते. मी निखाऱ्यांचे बिछाने तयार करण्यासाठी जगभर फिरले आहे. कधी मी जखमी झाले तर कधी इतर जखमी झाले. प्रत्येक निखाऱ्याचा बिछाना जादुई होता. मला मानवी मन आणि आत्मा समजण्यास यामुळे मदत झाली. काही गुपित गोष्टी तुम्हाला अनुभवाव्याच लागतात; नुसत्या सांगितल्या तर कळत नाहीत.

पण आज मात्र मी चिंताग्रस्त होते. घामाने चिंब भिजल्यामुळे जाग आली.

कोणते स्वप्न पडले माहीत नाही; पण मी उठले तेव्हा फार चिंताग्रस्त झाले होते.

"तू अगोदर अनेक वेळा आगीवरून चालली आहेस, पूर्वतयारी केली आहेस; त्यामुळे परत तेच करायची गरज नाही. यावेळी तू नेतृत्व कर," कहुनांनी याआधीच्या विधीच्या वेळीच सांगितले होते.

"अरे बापरे! आगीवरून चालण्याचे नेतृत्व करायचे?" मी जास्तच चिंताग्रस्त झाले. जिथे मलाच स्वत:ला एकदा जखम झाली होती, तिथे मी नेतृत्व कशी करू शकणार? मी स्वत:च पूर्णपणे शिकलेली नाही तर लोकांना काय शिकवणार? इथे येणारा प्रत्येक दिवस नवीन आव्हान घेऊन यायचा. आता प्रतिकार करण्यात अर्थही नव्हता. प्रत्येक शब्द, कृती आणि प्रत्येक विधीमध्ये आध्यात्मिक मुक्तीचा ध्यासच होता. मी ठरवले की, कहुनांच्या निर्णयाला संमती द्यायची.

माझी शिक्षक होण्याची तयारी नव्हती. मला कधीच शिक्षक व्हायचे नव्हते; पण आयुष्यभर मी तेच करत आले होते. वयाच्या तेराव्या वर्षापासून मी शिकवते आहे. मला नवीन गणवेश पाहिजे होता. मी माझ्या वर्गमित्राला दोन महिने शिकवले आणि गणवेश विकत घेतला. गणवेशाच्या बदल्यात मी माझ्या वर्गमित्राला चांगले गुण मिळवून देण्याची जबाबदारी घेतली. नंतरच्या नऊ वर्षांत मी १९०० विद्यार्थ्यांना शिकविले. आमच्या भागात मी सर्वांत यशस्वी ट्युशन शिक्षिका होते आणि श्रीमंतही होते. ही माझ्या व्यवसायाची सुरुवात होती. त्यानंतर मी कधीच मागे वळून बघितले नाही. नंतर अनेक विषयांवर बोलू लागले आणि मला वाहवा मिळाली. लवकरच मी व्यावसायिक वक्ता बनले. मोठमोठ्या कंपन्यांमध्ये मी कार्यशाळा घेऊ लागले. मला शिक्षक व्हायचे नव्हते; पण आज मात्र मला परत शिक्षकाचीच भूमिका पार पाडायची होती. अग्नीवरून चालण्यासाठी एका समुदायाचे नेतृत्व करायचे होते.

अजूनही मी बिछान्यावर बसून प्रार्थना करत होते, "देवा, लोकांना सुरक्षित ठेव. आज कोणाच्याही पायांना जखम व्हायला नको. माझ्यावर विश्वास ठेवणाऱ्या लोकांचे पाय जळू देऊ नकोस." मी देवावर विश्वास ठेवला. त्याला माझी प्रार्थना ऐकण्याएवढा वेळ नक्कीच असेल.

हे बघा, देव म्हणजे माझी सोय आहे. मला जेव्हा गरज असते तेव्हा मी प्रार्थना करते आणि जर त्याने मला काही दिले तर त्या बदल्यात मीसुद्धा काहीतरी देण्याची कबुली देते. खरे तर मी देवाला मानत नाही; पण जर खरेच ईश्वर असेल तर माझ्या मूर्ख प्रार्थनांना भुलणारा तोही एक मूर्खच!

मला अजूनही आठवते, मी वीस किलोमीटर अनवाणी चालत एका मंदिरात गेले होते, कारण असे केल्याने तुमची इच्छा पूर्ण होते असे मला सांगितले गेले. मी वीस किलोमीटर चालत गेले; पण काहीच घडले नाही. नंतर दोन दिवस मात्र

मी बिछान्यावरच पडून होते. मंदिरात एवढे लोक येतात मग देवाला माझ्याकडे लक्ष द्यायला वेळ कसा मिळणार? पुढच्या वेळी मी जास्त चांगली योजना आखली. 'प्रार्थना करार' केला की, जर मी परीक्षेत पास झाले तर गरिबाला हजार रुपये दान करेन आणि हा करार यशस्वी झाला. जेव्हा मी कशाच्या बदल्यात इतरांना मदत करायचे तेव्हा माझी इच्छा नक्कीच पूर्ण व्हायची. देव म्हणजे मोठ्या वडिलांसारखा होता आणि मी छोटी मुलगी होते. जर मी योग्य मार्गाने मागितले तर मला ते निश्चितच मिळायचे.

पण आज माझ्याबरोबर अनेकजण होते. आज मला काय पाहिजे हा प्रश्न नव्हता; पण इतरांची काळजी होती. अजाण, निरागस लोक अग्नीवरून चालतील; ज्या अग्नीवर चालल्यामुळे मी एकदा जबर जखमी झाले होते.

"आज तुझ्यासाठी अतिशय महत्त्वाचा दिवस आहे." एमा म्हणाली.

तिला माझ्यासाठी खरोखरच निर्मळ आनंद झाला होता. एमा बरीच वर्षे कहुनांसोबत विधींमध्ये भाग घेत होती; पण तरीही तिला अग्नीवर चालण्याचे नेतृत्व करायला मिळाले नव्हते. मला आश्चर्य वाटले की, तिची निवड न होता माझी निवड का झाली? मला आश्चर्य वाटले की, मी हा प्रश्न स्वत:ला विचारला कारण जेव्हा 'मीच का?' हा प्रश्न मी स्वत:ला विचारते, तेव्हा निश्चितपणे मी स्वत:ला कमी लेखते; पण आज, मला माहीत होते दुसऱ्या कोणी मला मोठे समजले होते. कहुनांच्या नजरेतून मला स्वत:ला एकदा न्याहाळायचे होते.

"होय, पण मी खूप चिंताग्रस्त आहे," मी एमाला म्हणाले.

"तासाभरातच विधीला सुरुवात होईल," एमा हसून खोलीबाहेर गेली. ती खूप सहनशील आणि स्फूर्ती देणारी व्यक्ती होती. मला तिच्या सान्निध्यात राहायला खूप आवडायचे.

आज मी खूप वेळ अंघोळ केली. लोक माझ्यावर विश्वास ठेवतील का? आणि मी त्यांचे आयुष्य बदलू शकते या गोष्टीवर ते विश्वास ठेवतील का?जर ते आगीवरून चालले तर आयुष्यात कोणतीही गोष्ट करू शकतील.

खाली उतरले तर न्याहारीची जागा आता प्रार्थना मंदिराने घेतली होती. भलेमोठे रोजवुड टेबल आणि खुर्च्या नाहिशा झाल्या होत्या. कॉफीचे भांडे आणि स्टोव्हही दिसत नव्हते. खाली आसने अंथरली होती आणि मध्यभागी रिकामी जागा सोडली होती. तिथे प्रवाळाचे कवच, ऋषीची पाने, लोकरीची वेगवेगळ्या रंगांतील बंडले, घुबडाच्या पिसांचा पंखा, एका दोरीवर बांधलेले वेगवेगळ्या रंगांचे कापडाचे तुकडे, माझा मांजरीच्या कातडीचा ड्रम आणि लाकडांच्या लांब काड्या ठेवल्या होत्या.

सर्व आसने चौकानाकृती आकारात ठेवलेली होती. बोर्डरूममध्ये बॉससाठी

असते तसे, सर्वांत समोर केवळ एकच आसन होते. बहुतेक गुरुसाठी असेल, मला वाटले.

मी काळजीपूर्वक आसनांना धक्का न लावता चालत होते. खिडकीबाहेर बघितले तर न्याहारी बाहेर होती. कहुना, एमा, रिक, सेन आणि मेरी सगळे बगिच्याच्या टेबलाजवळ बसले होते. मी बाहेर गेले.

रिक उभा राहिला आणि त्याने मला खुर्ची दिली.

"मला तुझी सेवा करू दे," तो डोळे मिचकावत म्हणाला; पण त्याच्या आवाजातून माझ्याबद्दलचा आदर व्यक्त होत होता. प्रत्येकजण माझ्याकरिता आनंदी होता. जरी रिक, एमा आणि सेन बरीच वर्षे कहुनांसोबत होते आणि त्यांना आगीवर चालताना नेतृत्व करण्याची कधीच संधी मिळाली नव्हती तरी त्यांना माझ्याकरता खूप खुशी झाली होती.

"आरामात भरपूर न्याहारी कर," कहुना हसत म्हणाले. "आज तुझा दिवस आहे!" सगळ्यांनी टाळ्या वाजवल्या. टाळ्यांमुळे आपल्या सभोवतालची आणि आतील ऊर्जा जागृत होते. मीही लाजत टाळ्या वाजवल्या.

आम्ही न्याहारी करत असताना सेनने घामाच्या घरातले काही मजेदार अनुभव सांगितले आणि आधीच्या सहभागी लोकांबद्दल गमतीशीर आठवणी सांगितल्या; पण माझे मन आगीच्या ज्वाळा, आग, आगीवरून चालणे यातच घोटाळत होते. मी दयेसाठी प्रार्थना केली.

"तू थकली आहेस का?" न्याहारी संपल्यावर कहुनांनी विचारले.

मी थकले नव्हते; पण द्विधा मन:स्थितीत होते. मी तयार होते आणि नव्हतेही! एकाच वेळी होय आणि नाही ही दोन्ही उत्तरे माझ्याजवळ होती. जेव्हा मनात अनिश्चिततेचे युद्ध सुरू असते तेव्हा आपण जगासमोर मानसिक शांतीचा देखावा करतो.

"नाही, मी बरी आहे," मी उत्तरले.

"मग जाऊ या आपण." कहुनांनी आम्हाला आतल्या प्रार्थनेच्या जागेवर नेले. आम्ही सर्वांनी आमची आसने ग्रहण केली. मला कहुनांच्या समोर बसवले गेले. एमाने ऋषीची पाने पेटवली. त्यांच्या सुरेख गंधाने अख्खी खोली भरून गेली.

"तुला आजच्या अग्नीच्या विधीचे नेतृत्व करायचे आहे आणि यापुढच्या अग्नीच्या विधींचेही. आज तुला आध्यात्मिक जबाबदारी दिली जाईल, जी तू आयुष्यभर व्यवस्थितपणे पेलशील. आध्यात्मिक जबाबदारी इथेच संपणार नाही. तू फक्त आज रात्रीच या लोकांची जबाबदारी घेणार नाहीस; पण यापुढे तुझ्यावर विश्वास ठेवणाऱ्या लोकांचीही जबाबदारी घेशील."

असे म्हणून कहुना डोळे मिटून मंत्रोच्चार करू लागले. बाकीच्यांनीही तसेच

केले. मी नमस्कार करत समोर सुरू असलेल्या विधीला शरण गेले.

काही मिनिटांतच मंत्रोच्चाराची सांगता झाली. एमाने उठून आम्हा सगळ्यांना लोकरीचे आणि कापडाचे तुकडे दिले. मला तिने हिरव्या लोकरीचे बंडल दिले.

''लोकरीचे तुकडे कर आणि ते एकत्र बांध,'' तिने सूचना केली.

आम्ही सर्वांनी आज्ञाधारकपणे लोकरीचे सहा चेंडू एकमेकांना दिले आणि पिवळ्या, हिरव्या, पांढऱ्या, लाल, निळ्या आणि काळ्या लोकरीच्या रंगांना एकमेकांमध्ये गुंफत माळ तयार केली.

''ते सहाही रंगांचे कापडाचे तुकडे वेगवेगळ्या ढिगात टाका,'' एमाने सांगितले. आम्ही त्याप्रमाणे सहा ढीग केले. प्रत्येक रंगाचे चार तुकडे होते.

नंतर एमाने एका प्रचंड मोठ्या ट्रेमध्ये वाळलेली तंबाखू आणली. माझे नाक तीक्ष्ण आहे म्हणून ऋषीच्या पानांचा गंध दरवळत असतानाही तंबाखूचा वास ओळखू आला. तो ट्रे तिने मध्यावर ठेवला.

''तंबाखू ही खूप उपयोगी वनस्पती आहे,'' कहुनांनी समजावले, ''आध्यात्मिक जगात प्रवेश करते वेळी तिचा उपयोग होतो. आधीचे शमन्स दिव्य जगाशी संवाद साधण्यासाठी विधींमध्ये तंबाखूचा उपयोग करायचे. असे म्हणतात की, जर तंबाखूची प्रार्थना केली तर तुमच्या इच्छा पूर्ण होतात; त्यामुळे तुम्ही कोणती इच्छा मनात धरता याची जाणीव ठेवा. तुम्ही थोडी तंबाखू तुमच्या हातात धरा, प्रार्थना करा, त्यात तुमच्या इच्छेचे बीज पेरा आणि तुम्हाला दिलेल्या रंगीत कापडात नीट गुंडाळा. त्या रंगीत कापडाची पिशवी बनवा, जशी आपण पैशांची छोटेखानी पिशवी बनवतो आणि तिचे तोंड लोकरीच्या धाग्याने घट्ट बांधा. तुमच्याजवळ तंबाखूच्या पुरचुंड्या बांधलेली अख्खी दोरी राहील. याला प्रार्थनेचे मणी म्हणतात. तंबाखूच्या पुरचुंड्या म्हणजे प्रार्थनेच्या माळेमध्ये ओवलेले मणी. या विधीमध्ये संवाद नसेल. एमा आणि मी सतत मंत्रोच्चार करू आणि तुमचे विधी सुरू राहतील. मंत्रोच्चार थांबल्यावर विधीही थांबेल आणि प्रार्थनेचे मणी पूर्ण होतील.''

कहुना आमच्या प्रतिक्रियेसाठी थांबले नाहीत. आम्हाला समजले का असेही त्यांनी विचारले नाही. त्यांनी आणि एमाने सरळ मंत्रोच्चार सुरू केले.

सर्वांत प्रथम मीच त्या ट्रेजवळ गेले आणि तंबाखूचे मणी बांधायला सुरुवात केली. मी प्रार्थना करत होते. मला करोडपती व्हायचे आहे. आणखी एक मणी ओवला. मला अब्जाधीश व्हायचे आहे. पुढचा मणी ओवला. मला प्रसिद्ध व्हायचे आहे. जगप्रसिद्ध व्हायचे आहे. मला यशस्वी व्हायचे आहे. मला स्टार बनायचेय. मला सेक्सी दिसायचेय. मला सुंदर बनायचेय. माझ्यावर सगळ्यांनी प्रेम केले पाहिजे. दशअब्जाधीश व्हायचेय... अब्जो अब्जो अब्जाधीश... अचानक मंत्रोच्चार थांबले. माझी मणीमाळ सर्वांत लांब झाली होती. प्रार्थना असो की, मणी ओवायचे

काम असो; मी वेळ घालवत नाही. इतरांचे फक्त पाच मणी ओवून झाले होते; पण माझ्या माळेत तेरा मणी होते. यावर कोणीच भाष्य केले नाही.

''आपण ही मणीमाळ अग्नीच्या विधीच्या वेळी अर्पण करू. ही माळ अग्नीच्या जागृतीकरिता आहे. ही माळ म्हणजे अग्नी प्रार्थना आहे. मणीमाळेच्या राखेवर आपण आपला आजचा अग्निविधी संपन्न करणार आहोत,'' कहुनांनी माझ्याकडे पाहत सांगितले.

''आपण जाण्यापूर्वी एमा तुमचे वलय ऋषीच्या पानांनी शुद्ध करेल. तुमचा सेवाभावी हेतू मनात सदैव ठेवा; त्यामुळेच तुमच्या इच्छा प्रकट होतील.''

कहुना उठून घाईने निघून गेले.

आम्ही सगळे उभे राहिलो आणि एमाने ऋषीच्या पानांमधून निघणारा धूर सर्वांच्या अंगावर डोक्यापासून तळव्यापर्यंत धूपासारखा फिरवला. मला तर लढाईला निघालेल्या योद्ध्यासारखेच वाटत होते. फक्त यावेळी युद्धात माझ्या छोट्याशा स्वचा पराभव करून मला माझा विशाल, यशवंत आणि अविनाशी आत्मा शोधायचा होता. 'घामाचे घर' जेथे होते तेथे एका रांगेत आम्ही आलो.

मला ते छोटेसे तळे आठवले, विधी आठवला, बोलणारी छडी आठवली आणि अचानक मला जाणवले की, माझा स्वत:वरचा विश्वास वाढीस लागला आहे. आम्ही सर्वजण त्या अग्निकुंडापाशी जमलो जिथे ज्वालामुखीचे खडक आगीत टाकले होते.

''आपण कोठारातून लाकडे आणू,'' कहुना म्हणाले.

त्यांनी अग्निकुंडाभोवती लाल रंगाची लोकर वर्तुळावर ठेवली.

''माझ्याबरोबर फक्त तू ये,'' माझ्याकडे पाहत कहुना म्हणाले. ते समोर झपाझपा जात होते. मला त्यांच्याबरोबर चालताना अक्षरश: पळावे लागत होते.

आम्ही मिठाच्या पाण्याचा विधी जिथे केला होता, त्या कोठारात पोहोचलो. माझे मलाच हसू आले. कशी जगले मी तेव्हा काय माहीत! कोंबड्या आता परत आवारात खेळत होत्या, मला त्यांचा आवाज आत ऐकू आला. कहुनांनी बाहेरची छोटी खोली उघडली जी आधी आम्ही शौचालय म्हणून वापरली होती. तिथे आता लाकडाचे ओंडके एकावर एक रचून ठेवले होते.

''हे पाइनचे लाकूड आपण आज रात्री अग्नीवर चालण्याच्या विधीसाठी वापरणार आहोत.'' डावीकडे हात दाखवून ते म्हणाले. ''आणि उजवीकडे टीकचे लाकूड आहे जे आपण दीक्षा विधीसाठी वापरणार आहोत. टीकचे लाकूड अग्नीवर चालण्याच्या विधीसाठी कधीच वापरले जात नाही.''

माझ्या कपाळावरील आठ्या पाहून कहुना जोरात हसले, ''टीक लाकूड ४०००-५००० अंश फॅरनहाइटला जळते आणि अतितीक्ष्ण कोळसा उत्पन्न

करते. फक्त गुरुच ती उष्णता सहन करून त्यावरून चालू शकतो. पाइनचे लाकूड २०००-२५०० अंश फॅरनहाइटला जळते आणि तुलनेत मऊ कोळसा उत्पन्न करते. टीक प्रचंड अग्नी निर्माण करते. फक्त दीक्षा विधीकरता टीकचा उपयोग केला जातो.''

कहुनांनी एक लाकडाचा ओंडका उचलला आणि डोक्यावर त्याचा स्पर्श केला. त्यांनी माझ्याकडे पाहून मला तसेच करण्यास सुचवले. मी जड टीकच्या लाकडाचा ओंडका उचलून त्यांच्या डोक्याला स्पर्श केला. आम्ही परत अग्निकुंडाजवळ आलो. तो ओंडका फारच जड होता; त्यामुळे अग्निकुंडाजवळ आल्यावर मला हायसे वाटले. रिकने अगोदरच काही वाळलेली पाने, काड्या त्या कुंडात टाकल्या होत्या. त्यावर त्यांनी त्यांचा ओंडका ठेवला आणि मी क्रॉसच्या आकारात त्याच्यावर माझा ओंडका ठेवला.

रिकने वाकून अग्नी पेटवला. कहुना आणि इतर सर्व आकाशाकडे पाहून मंत्रोच्चार करू लागले. मीही वर पाहिले. आकाशात अजून सूर्य होता. उबदार आणि मित्रासारखा निर्मळ सूर्य! आकाश स्वच्छ निळे होते. एकही ढग नव्हता. गरुड पक्ष्याची एखादी भरारीच काय ती दिसायची. आकाश निश्चल उभे! धुराची सरळ रेषा आकाशाकडे जाऊ लागली. जेव्हा एखाद्या बेटावर प्रवासी अडकतो आणि येणाऱ्या-जाणाऱ्या बोटींचे लक्ष वेधण्यासाठी धूर निर्माण करतो त्याप्रमाणेच हा धूर दिसत होता. 'ही मुलगी हरवलेली आहे. तुम्हाला तिला शहाणपणाच्या किनाऱ्यावर आणणे भाग आहे,' अशा प्रकारचे हे आर्जव!

''दीक्षा विधी पृथ्वी आणि अंतरिक्षाला जोडण्यासाठी असतो. तुमच्या इच्छा जळत्या तंबाखूमधून, धुरातून, ज्वालेतून अंतरिक्षात जातात. ज्या जगापासून आपल्याला सगळे मिळते. त्या पातळीवर विनासायास क्रिया घडून त्यांचे प्रगटीकरण होते. अंतरिक्षात झगडावे लागत नाही. 'तुमची इच्छा हा माझा हुकूम' असा अंतरिक्षाचा नियम असतो,'' कहुनांनी समजावून सांगितले.

तो धूर आकाशात लुप्त होताना मी एकटक बघत होते.

''अग्नी हा एकमेव घटक आहे जो रूपांतरणाचे द्योतक आहे. अग्नीमध्ये तुम्ही काहीही अर्पण करा, त्याचे रूपांतरण होईल. तो बदल नसतो कारण बदल पुन्हा विरुद्ध दिशेनेही होऊ शकतो. ते रूपांतरण आहे. जेव्हा वस्तूचे रूपांतरण होते तेव्हा अणू-रेणूच्या रासायनिक रचनेचे रूपांतरण होऊन वेगळाच घटक निर्माण होतो. जेव्हा आपण अग्नीला लाकूड अर्पण करतो तेव्हा त्याच्या रासायनिक आणि अणू-रेणूच्या रचनेला वैज्ञानिक 'लाकूड'च म्हणतात; पण जेव्हा अग्नी त्याला स्पर्श करतो तेव्हा त्याचा कोळसा होतो आणि लाकूड दिसेनासे होते. हे कार्बन लाकडाला हिरा बनवण्याची शक्यता दाखवते. झाडापासून हिऱ्यापर्यंतचा प्रवास

म्हणजेच आध्यात्मिक रूपांतरण होय.''

मला हे सर्व उमजण्यासाठी थोडा वेळ लागला.

कहुना बोलतच होते, ''हा विधी सांगतो की, जेव्हा जिवंत मनुष्याचे शरीर अग्नीच्या सान्निध्यात येते, त्याचे प्रार्थनेत रूपांतर होते. प्रार्थना जी अग्नी उत्पन्न होण्यासाठी अर्पण करण्यात आली होती. म्हणून जेव्हा तुम्ही अग्नीसाठी आणि अग्नीसमोर प्रार्थना करता आणि नंतर त्याच्यावर चालता तेव्हा तुम्ही स्वत:च एक प्रार्थना बनता. प्रार्थना तुमच्या बाहेर नसते. तुम्हीच प्रार्थना बनता.''

मी भारावून गेले. हेच उत्तर होते माझ्या सर्व प्रश्नांचे. मला प्रयत्नांशिवाय जगायचे होते; प्रयत्नांशिवाय प्रेम करायचे होते आणि हे माझे उत्तर होते.

कहुनांनी खाली वाकून मूठभर चिखल उचलला; वर उचलून परत हळूच खाली सोडून दिला. त्यांना वाऱ्याची दिशा अजमावायची होती. वारा दक्षिण-पश्चिम दिशेला वाहत होता.

रिक आणि एमाने 'प्रार्थनेचे झेंडे' उघडले. प्रार्थनेचे झेंडे म्हणजे सहा छोटे चौकोनी वेगवेगळ्या रंगांचे कापडाचे तुकडे एका पांढऱ्याशुभ्र दोरीला एकत्र बांधलेले असतात. वाढदिवसाच्या दिवशी सुशोभिकरणात आपण अशा वस्तू वापरतो; पण पुरातन काळात मंत्र आणि प्रार्थना त्यावर लिहिल्या जायच्या.

रिक आणि एमा अग्नीच्या दोन्ही बाजूंना उभे राहिले आणि त्यावर त्यांनी प्रार्थनेचे झेंडे धरले. वाऱ्याच्या झुळकीमुळे ते डौलदार हलत होते.

''या प्रार्थनेच्या झेंड्यांमुळे तुमच्या इच्छा दुसऱ्यांना इजा पोहोचवणार नाहीत. कधीकधी आपल्या इच्छेमुळे, आनंदामुळे नकळतपणे दुसऱ्याला इजा पोहोचते आणि ती इजा आपल्याला आपले इप्सित साधू देत नाही. कष्टाळू नोकरदार अनेक तास काम करून आपल्या मुलांना चांगल्या शाळेत टाकतो; पण मुलांबरोबर वेळ व्यतीत करणे त्याला जमत नाही. मुले चांगल्या शाळेत जातात पण वडिलांच्या प्रेमाला पारखी होतात. मुले आनंदी नाहीत आणि वडीलही आनंदी नाहीत. प्रार्थनेचे झेंडे ज्यांनी प्रार्थना म्हटली आहे आणि इच्छा व्यक्त केली आहे त्यांना तर संरक्षण देतातच; पण इतरांनाही संरक्षित करतात; त्यामुळे जेव्हा तुमच्या इच्छा मूर्त स्वरूपात समोर येतात, तेव्हा तुमच्याशी संबंधित सर्वजण उत्क्रांत होतात.''

कहुनांनी मंत्रोच्चार सुरू केले आणि ज्वाला मोठ्या होत गेल्या. धूर नाहीसा झाला. गरम आणि धगधगत्या ज्वाला वाऱ्यावर आरूढ होऊन वर येऊ लागल्या. ज्वाला ज्या आपल्या अंगाला चिकटण्यासाठी आसुसल्या आहेत, अशा ज्वाला. मला मागे सरकण्याची इच्छा होत होती; पण मी तिथेच उभी राहिले.

''आपण आता अग्नीला प्रार्थनेच्या मणीमाळेने बांधू या. ज्वालांना मणीमाळेने सुभोभित करू या. हे करताना प्रत्येकाने आपली प्रार्थना मोठ्याने म्हटली पाहिजे.''

पहिल्यांदा एमा गेली. ज्वालेला तिच्या मणीमाळेने बांधले.

"जगाच्या शांतीकरिता," ती म्हणाली.

त्यानंतर रिक गेला आणि एका झटक्यात ज्वालेने त्याच्या मणीमाळेला गिळंकृत केले. "माझ्या माउली पृथ्वीकरिता," तो म्हणाला.

नंतर सेनने त्याची मणीमाळ अर्पण केली, "शांती आणि आध्यात्मिक मुक्तीकरिता."

शेवटी मी होते; पण मला खूपच लाज वाटली. मी करोडपती होण्याची प्रार्थना मोठ्याने कशी बोलू? आणि तीसुद्धा शांतता, आध्यात्मिक मुक्ती, पृथ्वीकरिता प्रार्थना झाल्यानंतर?

मी माझी लांब मणीमाळ ज्वालांना अर्पण केली. "मला अब्जाधीश व्हायचे आहे." अतिशय संकोचाने मी म्हणाले.

जवळच्या झाडावरील कावळ्यानेही माझी प्रार्थना ऐकून काव काव केले. जर कहुनांनी अगोदर सांगितले असते की, मोठ्याने प्रार्थना म्हणायची आहे तर मी नक्कीच जागतिक शांततेची प्रार्थना म्हटली असती.

वाऱ्याच्या झोताबरोबर ज्वाला उफाळू लागल्या आणि नव्याने पांढरा धूर आकाशाकडे झेपावू लागला. कारण माझ्या मणीमाळेची राख झाली होती.

आम्ही वाऱ्याच्या झोताबरोबर हेलकावणाऱ्या ज्वालांकडे पाहत बसलो. रिक आणि एमा प्रार्थनेचे झेंडे हातात धरून प्रार्थना संरक्षित करत होते.

सूर्य तळपत होता. ज्वाला प्रखर होत्या की सूर्य? कोण जाणे! शेवटची काडी भस्मसात होईपर्यंत आम्ही तेथेच बसून होतो.

कहुनांनी गरम राख हातात घेतली आणि माझ्या केसांना लावली. "ती तशीच राहू दे" त्यांनी सूचना केली. "तू जे करशील, जे काही कमावशील त्या सर्वांमध्ये ही राख असेल. ज्वाला ज्याला स्पर्श करू शकणार नाही, आग ज्याला नष्ट करू शकणार नाही, ते तू निर्माण करशील. तीच तुझी मुक्ती असेल."

मी संकोचाने तिथे उभी राहिले. अशा आध्यात्मिक वातावरणात मी भौतिक सुखांची अपेक्षा कशी करू शकते? माझ्या बरोबरचा प्रत्येकजण उत्क्रांत झाला आहे. त्याच्यामध्ये भौतिक इच्छांचा लवलेशही नाही. याच कारणाने मी भारतात आश्रमामध्ये न जाता नेदरलँडमध्ये आले. कारण भारतात गेले असते तर माझ्या भौतिक इच्छांवर पाणी सोडावे लागले असते. इथे मी स्वतःचे उलटेच चित्र रंगवते आहे. मी सामर्थ्यवान आध्यात्मिक शक्ती आहे, जिला भौतिक शक्तीची गरज आहे; पण माझी इच्छा प्रामाणिक आहे. मला संन्यस्त वृत्ती माझ्यावर लादायची नाही. मला मुबलकता हवी आणि प्रत्येक बाबतीत 'श्रीमंती' अनुभवायची आहे. जर मी फक्त विश्वशांती आणि आत्म्याची उन्नती मागितली तर मी माझ्याशी खोटे बोलेन. कारण माझे लक्ष्य श्रीमंती आणि आध्यात्मिकतेचा समतोल असे आहे.

कहुनांना माझ्या मनातला गोंधळ समजला आणि माझ्या खांद्याभोवती हात टाकत त्यांनी प्रेमाने विचारले, ''आमच्या तरुण गुरुंना काय झाले आज?''

''मला बरे वाटत नाही, कहुना. मला असे वाटत नाही की, मी इथली आहे. मला वाटते, मी इथे राहण्यायोग्य नाही. मी आध्यात्मिकरित्या जागृत नाही. मी कशी असेन? अजूनही माझ्यात भौतिक इच्छा आहेत. प्रचंड भौतिक इच्छा! अध्यात्म भौतिकतेच्या विरुद्धच असते ना?'' मला माझ्या संकुचितपणाची चीड आली होती.

कहुना हसले. क्षणभर वाटले, ते मला हसताहेत. ''तू नेहमीच मला विस्मयचकित करतेस.'' अजूनही ते हसतच होते. ''अध्यात्म भौतिकतेच्या विरुद्ध आहे?'' त्यांनी मला परत तोच प्रश्न विचारला.

''मला माहीत नाही!'' मी खांदे उडवीत म्हणाले. ''पण असेच असावे ना?'' या वाक्यात गंमत होती म्हणून नाही; तर कहुना अजूनही हसत होते म्हणून मीही हसले.

''आपण भौतिक जगातच राहतो ना!'' कहुना त्यांचा श्वास रोखत म्हणाले. मनुष्यप्राण्याची घडण भौतिकच आहे. आपण भौतिक घटकांमुळेच जगू शकतो आणि जेव्हा भौतिक घटक मुबलक आणि शुद्ध प्रमाणात असतात, तेव्हा आपल्याला जगण्याची आणि आध्यात्मिक उत्क्रांतीची जास्त प्रमाणात संधी मिळते. जेव्हा मनुष्याच्या शरीराला पीडा असते तेव्हा आध्यात्मिक उन्नतीची संधी कमी प्रमाणात मिळते. 'संन्यास' अन्य काळातील आध्यात्मिक प्रवास होता. आजच्या काळात तुमच्या शरीराने अध्यात्म ग्रहण करण्यासाठी तुम्हाला ज्ञान, पौष्टिक आहार, चांगले राहणीमान आणि सकारात्मक वातावरणाची गरज आहे आणि आजच्या काळात या गोष्टींची किंमत द्यावी लागते. आपण आर्थिक ग्रहावर राहात आहोत आणि आध्यात्मिक चिरआनंदासाठी भौतिक व्यवहार करण्याची क्षमता आपल्यामध्ये हवीच!''

''हे खरे नाही, कहुना. भारतात असे अनेक आश्रम आहेत की, जेथे भौतिक जगाचा निरोप घेऊन तुम्ही ईशसेवेत आयुष्य व्यतीत करू शकता,'' मी निरागसपणे माझा आध्यात्मिक नसल्याचा दावा कायम ठेवला.

''पण आश्रमाला अन्न कोण पुरविते? विजेचे बिल कोण भरते? आणि इतर आवश्यकतांचे काय? कोणीतरी तर विजेचे बिल भरत असणार. जेव्हा तुम्ही भौतिक गोष्टींचा त्याग करून आश्रमात जाता, तेव्हा कोणीतरी आश्रमातील तुमचे आध्यात्मिक जग सुरक्षित राहण्यासाठी जीवापाड मेहनत करून पैसे कमावत असतो! कोणीतरी हा सर्व खर्च करत असतो. खरे आहे की नाही?''

कहुना निश्चितपणे माझ्यापेक्षा जास्त हुशार होते आणि माझ्या देशातील आश्रमांबद्दल त्यांना चांगली माहिती होती.

"करोडो रुपयांच्या देणग्या कोठून येतात? एक पैसाही कमावत नसताना महर्षी वेद दरवर्षी विमानाने नेदरलँडला कसे येऊ शकतात? त्यांना एखादी नोकरी नाही किंवा मिळकतीचे अन्य कोणतेही साधन नाही. त्यांचा संपूर्ण वेळ ते ध्यानात व्यतीत करतात; त्यामुळे कोणाचीतरी करोडपती होण्याची प्रार्थना गुरू आणि त्या भाग्यविधात्याची सेवा करण्यासाठी फलद्रूप होते!"

"भौतिकता अध्यात्माच्या विरुद्ध कशी? जीवन हे मरणाच्या विरुद्ध आहे का? प्रकाश अंधाराच्या विरुद्ध आहे का? जेव्हा तुम्ही भौतिक आणि आध्यात्मिकतेचा सुरेख समतोल साधता, जेव्हा तुमच्या आध्यात्मिक उत्क्रांतीबद्दल तुम्हाला अभिमान वाटत नाही आणि भौतिक यशाबद्दल लाज वाटत नाही, तेव्हा तुम्ही मुक्त असता. मुक्ती टोकांमध्ये नसते, ती समतोलात असते. जसे आयुष्य श्वास आणि उच्छ्वासाच्या समतोलावर अवलंबून असते, मुक्ती भौतिक आणि आध्यात्मिक समतोलातच असते. उच्छ्वासाशिवाय फक्त श्वास घेतला तर मनुष्य जीवित राहणार नाही. आध्यात्मिकताविरहित भौतिकता मुक्ती आणि चिरआनंद देणार नाही. भौतिक मुबलकतेची कृतज्ञता न बाळगणारी आध्यात्मिकता म्हणजे मग्रुरी. तुझा प्रवास सुरू झाला आहे तेव्हा तुला तुझ्या बाहेरच्या आणि आतल्या जगाबद्दलच्या जबाबदारीची जाणीव असायला हवी."

"महर्षी वेदांच्या आश्रमात वेदांचा अभ्यास करत असताना, मला देवांमध्येही भौतिक मुबलकता आणि अध्यात्माचा समतोल असलेला आढळून आला. देव भौतिक सुखांचा उपभोग घेत असूनही त्यांना आध्यात्मिक शहाणपण आहे. वेदांमध्ये वर्णन केलेला प्रत्येक देव भौतिक आणि आध्यात्मिकदृष्ट्या समृद्ध आहे. तू भौतिक सुखांनी युक्त आणि आध्यात्मिक उन्नतीने समृद्ध अशा भारतभूमीतून इथे आली आहेस. भौतिक मुबलकता तुझी मिळकत आहे आणि आध्यात्मिकता तुझा वारसा आहे. आनंदी राहा; कारण तुझ्यात या दोन्हींचा सुरेख मिलाफ होतो आहे," कहुनांनी मालिश करण्याच्या आविर्भावात माझा खांदा दाबला.

ते पुढे म्हणाले, "अब्जाधीश होण्याची प्रार्थना करणे ही चांगली गोष्ट आहे; त्यामुळे जास्त जबाबदारी येते. कारण जेव्हा लोक तुमच्या सेवांना निर्मळ आणि अमूल्य समजतात तेव्हाच तुम्ही अब्जाधीश होता. तुम्हाला अब्जाधीश व्हायचे आहे म्हणून तुम्ही अब्जाधीश नाही बनत. तुम्ही अब्जाधीश बनता कारण तुम्ही मूल्य वर्धित करता. तुम्ही लोकांना बदलता. तुमच्यामुळे जगात सुधारणा होते."

कहुनांनी हळुवारपणे माझ्या कपाळाला स्पर्श केला आणि ते कॉटेजकडे गेले. मी त्यांच्याकडे पाहतच राहिले.

आज आनंदपर्वणी होती आणि मेरीने गोडाधोडाचा स्वयंपाक केला होता. आम्ही जेवून तृप्त झालो. "तुम्ही या आसनांवर झोपू शकता. आज हेच तुमचे घर.

संध्याकाळी सहा वाजता आगीवरून चालण्याचा विधी सुरू होईल. आम्ही साडेपाच वाजता लोकांना बोलावले आहे, जेणेकरून तू त्यांच्याशी बोलू शकशील. जॅक्स आणि रेने अग्नीवरून चालण्याच्या विधीच्या पूर्वतयारीसाठी आले आहेत आणि तू त्यांना अग्नी निर्मितीसाठी सूचना देणार आहेस. आम्ही सर्वजण तुझे विद्यार्थी आहोत आणि आज तू आमची गुरू आहेस. मी माझी जागा तुला देतो. तुझ्याबरोबर ती शक्ती सतत राहो!'' कहुनांनी त्यांचा हात माझ्या डोक्यावर ठेवला आणि मला दृढ आलिंगन दिले.

मी कोणत्या सूचना द्यायच्या याचा विचार करू लागले. विधी कसा असेल याचाही विचार करू लागले. मी डोळे मिटून पडून राहिले. माहीत होते झोप येणार नाही; पण डोळ्यांत धूर गेल्यामुळे डोळ्यांना विश्रांती पाहिजे होती.

काही मिनिटांतच मी उठले. खूप मोठी जबाबदारी होती ही. मला ऊर्जेची गरज होती; पण माझा आत्मा जागृतावस्थेत होता. मी बाहेर चालत गेले आणि एमाला पाहिले.

''जॅक्स आणि रेने कोठे आहेत?'' मी विचारले. ''मला त्यांना समजावून सांगायचे होते. आगीवर चालण्याच्या विधीची पूर्वतयारी करण्याची त्यांची पहिलीच वेळ असेल जशी माझी नेतृत्व करण्याची आहे.''

''ओह, ते तिथे आहेत,'' झाडाखाली बसलेल्या दोघांकडे हात दाखवत तिने सांगितले.

जॅक्स आणि रेने झाडाखाली सिगारेट ओढत बसले होते. मी त्यांच्याजवळ गेले आणि व्यत्ययासाठी क्षमा मागितली.

''आपण अग्नीवर चालण्याच्या विधीची उजळणी करायची का? मी तुम्हाला सांगू शकेन की, अग्नीचा बिछाना कसा तयार करायचा,'' मी म्हणाले.

जॅक्स आणि रेने टुणकन उडी मारून उभे राहिले. जॅक्सने त्याची सिगारेट फेकली. रेने अजूनही ओढत होता. मी त्यांना कोठारात घेऊन गेले आणि लाकडाची चळत दाखवली.

''आपण पाइनच्या लाकडांचे पाच स्तर बनवू या.'' मी सांगितले. पाइनचे लाकूड कोरडे ठणठणीत आणि खूप सुंदर होते. खूप छान अग्नी पेटेल यात. वरती झेपावणाऱ्या ज्वाला माझ्या मनश्चक्षूंसमोर तरळल्या.

आम्ही अग्निकुंडाजवळ गेलो. निखारे अजूनही जळत होते आणि वाऱ्याचा झोत आल्यावर धुराची गूढ, सरळ रेषा अंतरिक्षात जात होती.

''आपल्या प्रार्थना अजूनही जिवंत आहेत.''

मी हसले. माझा बँक बॅलन्स फुगणार तर...!

''अग्निकुंडावर तुम्ही पाइनच्या लाकडाचे पाच स्तर ठेवाल. प्रार्थना म्हणून

तुम्ही अग्नी पेटवाल. अधूनमधून ऋषीची पाने टाकत जा. अग्नीवर सतत लक्ष ठेवा, नाहीतर विधी असुरक्षित होईल. कोणीतरी एकजण नेहमी अग्नीच्या एका बाजूने उभा असला पाहिजे. मी आतमध्ये विधी करत असेन आणि तुम्ही बाहेरून माझ्यासाठी अग्नी चेतवायचा आहे. विधी सुरू झाल्यानंतर बरोबर पंचेचाळीस मिनिटांनी मी बाहेर येईन. मी बाहेर आल्यावर अग्नीचा बिछाना सारखा करायला तुम्ही मला मदत कराल. तुम्हाला सगळे समजले का? की, अजून काही गोष्टी जाणून घ्यायच्या आहेत?'' मी मिशनवर असलेल्या गुरुच्या भूमिकेतून म्हणाले.

जॅक्स आणि रेनेने मान हलवली. जेव्हा लोक प्रश्न विचारत नाही तेव्हा भीती वाटते. कळत नाही की, यांना व्यवस्थित समजले आहे की नाही; पण प्रक्रियेवर विश्वास ठेवण्याचे मी ठरवले.

''आणि अग्नीच्या बाजूला सिगारेट ओढायची नाही,'' मी हसून सांगितले आणि कॉटेजच्या दिशेने निघाले. हा माझा नियम होता. मी आजच्या दिवसाकरता गुरू होते.

मी आसनावर बसून काय बोलायचे त्याचा विचार करू लागले. मी सुरुवातीला अग्नीवर चालण्याचा इतिहास सांगेन आणि नंतर साधारण मनुष्यही जखमी न होता अग्नीवर चालू शकतो हे सांगेन. कोणत्याही बाह्य शक्तीपेक्षा अंतर्मनाची ताकद मोठी असते. मनुष्याचे शरीर एक अजब रसायन आहे. जसा प्रसंग असेल त्याप्रमाणे त्यात रासायनिक बदल होतो. आपण जर मानसिकदृष्ट्या अग्नीवर चालण्यास तयार झालो, तर आपल्या शरीरातून घाम बाहेर येईल, हृदयाचे ठोके वाढतील, अनेक रासायनिक प्रक्रियांमधून आपले शरीर जाईल; ज्यामुळे २५०० डिग्री उष्णता सहन करण्यास आपले शरीर सक्षम असेल. कोणतीच इजा न होता आपण अग्नीवरून चालू शकू. या विधीचा हेतू हाच की, जर तुम्ही तुमच्या मनाचा निर्धार केला आणि त्याप्रमाणे क्रिया केली तर तुमचे शरीर तुमचे ऐकते. भूतकाळ म्हणजे भविष्यकाळ नव्हे. तुम्हाला भूतकाळात इजा झाली म्हणजे भविष्यातही इजा होईल असे नाही. अग्नीवर चालण्याचा विधी हेच सांगतो की, भूतकाळातल्या जखमा म्हणजे अपघात होता, त्या हेतूपूर्वक झाल्या नाहीत; पण जर पावलांखाली असलेल्या जळत्या निखाऱ्यांची तुम्हाला जाणीव असेल आणि तुम्ही हेतुपूर्वक त्यावर चाललात तर तुम्ही हेतुपूर्वक आणि संपूर्ण जाणिवेनिशी हे कृत्य करत असता. कोणतीही आग हेतूने प्रज्वलित असलेल्या आत्म्याला स्पर्श करू शकत नाही. लहान असताना आपण कितीदा तरी आगीशी खेळलो असू आणि अजिबात इजा झाली नाही. जेव्हा आपले संपूर्ण लक्ष नव्हते तेव्हाच आपण जखमी झालेलो असू. आयुष्य म्हणजे अपघात असू शकतो जेव्हा प्रत्येक दिवशी आपण अज्ञानातच जगतो आणि मग भळभळत्या जखमेवर दु:ख करत बसतो. आयुष्य म्हणजे

सद्हेतूने व संपूर्ण जाणिवेनिशी व्यतीत केलेला काळही असू शकतो आणि तेव्हा तुम्ही अडचणींच्या अग्निदिव्यातून विनासायास वाट काढू शकता. जेव्हा अग्नीच्या आत्म्याशी तुमचा आत्मा एकजीव होतो तेव्हा तुमचा आत्मा मुक्त होतो.

विधी तयारी करत असताना मी उल्हसित झाले होते आणि कधी एकदा विधी सुरू होतोय असे मला वाटू लागले. एकूण माझ्या आयुष्यातील हा सर्वांत मोठा दिवस होता.

लोक अगदी वेळेवर पोहोचले. चार कुटुंबे त्यांच्या मुलांसमवेत आली होती. मी अशा गर्दीची अपेक्षा केली नव्हती. ते जवळच्या खेड्यातील लोक होते. त्यातील काहीजण कहुनांचे मित्र होते. मी त्यांच्याकडे पाहून हसले; पण बोलले नाही. मला माझ्या भाषणावर लक्ष केंद्रित करायचे होते. विधीच्या अगोदरच लहानसहान विषयांवर बोलायचे नव्हते. माझ्या कार्यशाळेतदेखील मी नेहमी हीच पद्धत अवलंबते.

संध्याकाळचे सहा वाजायला पाच मिनिटे कमी होती. मी विचार केला की, सगळ्यांचे नम्रपणे स्वागत करावे आणि इथे आल्याबद्दल आभार मानावे. एका बाईचे तिच्या मुलाच्या ओरडण्याकडेच लक्ष जात होते. वाटले की, तिला बाजूला बसायला सांगावे; पण सांगावे का? ती लहान मुलगी जोरात केकाटत होती. फारच मजेदार कार्यशाळा होईल ही, मी स्वत:ला सांगितले.

माझ्या जवळच्या बाईकडे मी गेले. तिने लांब स्कर्ट आणि छोटासा कोट घातला होता. तिच्या कडेवर एक वर्षाचे बाळ होते. मी हसून बाळाच्या डोक्याला हात लावला. ''नाव काय याचे?'' संवाद साधण्याच्या दृष्टीने मी विचारले. बाई फक्त हसली.

''नाव काय बाळाचे?'' मी परत एकदा विचारले. वाटले की, बाईने माझा प्रश्न ऐकलाच नाही. बाईने वळून तिच्या नवऱ्याकडे बघितले आणि डच भाषेत काहीतरी बोलली. नवरा हसत हसत आम्हा दोघींजवळ आला.

''हॅलो! माझे नाव प्रिया आहे.'' मी हात पुढे केला.

''दिमित्रीस,'' हस्तांदोलन करत तो म्हणाला.

मी गोंधळले. एमा माझ्या मदतीला आली.

''ओह! ही ॲनी आणि हा दिमित्रीस. दोघांनाही इंग्रजी येत नाही.''

''काय ऽऽऽ?'' माझे डोके गरागरा फिरले. मी अन्य लोकांकडे वळले. सगळे आपापल्या आसनांवर बसत होते.

''यांना कोणालाही इंग्रजी कळत नाही,'' एमा जोरात केकाटणाऱ्या लहान मुलीच्या आईला मदत करता करता म्हणाली.

''अरे देवा!'' ज्यांना इंग्रजी भाषा कळत नाही अशा खेडूत लोकांबरोबर मी

अग्नीवरून चालणार होते. "हे काय चालू आहे? का ?? का?? कहुनांना हे माहीत होते. ते काहीच का बोलले नाहीत? कहुना मूर्ख आहेत का? हे लोक जळून खाक होतील. मी त्यांना काय सांगू? त्यांना कसे कळेल काय करायचे आहे? हा तर संपूर्ण वेडेपणा आहे.

माझ्या डोळ्यांत अश्रू जमा झाले. मी पाणी पिण्याचे निमित्त करून मागे वळले. माझी फसगत झाली होती. माझी संपूर्ण तयारी वाया गेली होती. ज्यांना माझी भाषा कळत नाही त्यांच्याशी मी कसे बोलणार? त्यांना मी अग्नीवरून कसे चालवणार? 'देवा, मदत कर रे! मी मुलींच्या अनाथालयाला एका आठवड्याचे अन्नदान करीन; पण माझ्या आत्म्याला या जाचातून मुक्ती दे!' माझ्या देवाला मी माझ्या सोयीचे मागितले.

कहुनांनी तास वाजवला आणि सर्व सुरळीत झाल्यासारखे वाटले. त्यांनी उभे राहून गर्दीशी डच भाषेत संवाद साधला आणि माझी ओळख करून दिली. मला वाटले, त्यांनी माझी ओळख करून दिली कारण त्यांनी 'प्रिया' म्हटलेले मी ऐकले आणि थोड्या थोड्या वेळानंतर गर्दी माझ्याकडे पाहायची आणि हसायची. कहुना माझ्याबद्दल काय सांगत होते हे मला माहीत नाही; पण मला डच येत नाही असे सांगितले असावे. परत तास वाजवला आणि कहुना म्हणाले,

"आता मी सर्व तुझ्याकडे सोपवतो!"

'मी तुझी दररोज प्रार्थना करेन. दररोज तुझ्या अस्तित्वाची दखल घेईन. या वेळी मात्र वाचव मला.' मी देवाला प्रार्थना केली. वचन दिले. मला माहीत होते, हे वचन नंतर मी पाळणार नाही.

खोल श्वास घेऊन मी सुरुवात केली, "हॅलो! माझे नाव प्रिया आणि मी भारतातून आले आहे." वाक्य पूर्ण व्हायच्या आतच मला समजले की, या वाक्याचा काहीच उपयोग नाही; सर्वजण लक्ष देऊन माझे बोलणे ऐकत होते. ती छोटी मुलगी रडायची थांबली होती. मलाही कळत नव्हते मी काय बोलत होते.

"मला वाटते, तुम्हाला माझी भाषा कळत नाही. मला क्षमा करा, जे घडणार आहे ते मी तुम्हाला नीट समजावून सांगू शकत नाही. का घडणार आहे हेही सांगू शकत नाही; पण जेव्हा आपण चालू तेव्हा खालून आग असेल."

आणि एकाएकी मी उठून, हातवारे करून जिवाच्या आकांताने त्यांना समजावू लागले. माझा प्रत्येक शब्द हातांच्या आणि शरीराच्या हालचालींनी जिवंत करू लागले. जणू मी त्यांच्याशी 'दम शेराज' खेळत होते. त्यांना का आणि कसे चालायचे ते समजावून सांगत होते आणि यानंतर त्यांचे आयुष्य बदलेल असेही सांगत होते.

ते सर्वजण लक्ष देऊन ऐकत होते. माझा प्रत्येक हावभाव टिपत होते. प्रत्येक

हेतूपर्यंत पोहोचत होते. एकमेकांशी संवाद साधत जे कळले नाही ते समजावून घेऊन, नंतर माझ्याकडे वळून मान हलवीत होते. मीसुद्धा मान डोलवायची. आशा करायची की, त्यांच्यातील चर्चा योग्य मार्गाने पुढे जाते आहे.

मी विचित्र भाषा बोलत होते; पण कोणीच हरकत घेतली नाही. त्यांना माहीत होते, ते इथे अग्नीवरून चालण्यासाठी आले होते. कसे चालायचे याबाबतीत ते खूपच अनभिज्ञ होते. ते अनभिज्ञ आहेत याची त्यांना कल्पना होती. अग्नीवरून चालणे का साध्य होते, याबाबत अनभिज्ञ असण्याचीही त्यांना कल्पना होती. त्यांना फक्त एवढेच माहीत होते की, जर कहुना तिथे होते आणि मी होते आणि त्यांना बोलावले होते म्हणजे नक्कीच त्यांच्याकरिता हा विधी चांगला असावा.

अशा प्रकारची श्रद्धा आजकाल कोठे लुप्त झाली आहे? असे लोक कुठे आहेत, ज्यांचे फक्त अस्तित्व त्यांच्या बोलण्यापेक्षा फार मौल्यवान असते? असे लोक कुठे आहेत जे त्यांच्या अढळ श्रद्धेने कोणतेही अग्निदिव्य पार पाडण्यास तयार असतात?

फुटकळ वस्तू विकण्यासाठी जाहिरातबाजीवर केवढा पैसा खर्च होतो! लोकांनी नसलेल्या गोष्टींवर विश्वास ठेवण्यासाठी आणि त्यांना नको असलेले अनुभव देण्यासाठी अब्जावधी पैसे खर्च होतात. जर तुमच्याजवळ अमुक एक गोष्ट नाही तर तुम्ही लहान हे ठरवण्यासाठी किती वेळ खर्च होतो! संवादाचा केवढा हा क्रूर मार्ग आणि निष्काळजीपणे केलेला पैशाचा चुराडा!

मला वाटते, तुमच्या शब्दांपेक्षा तुमचा हेतू आणि आत्मा जास्त चांगला संवाद साधतो. लोकांचे मन जिंकण्यासाठी शब्दांची गरज नसते; तुमचा सद्हेतू आणि तुमचे अस्तित्व पुरेसे असते. शब्द स्वस्त असतात; पण लोक तुमच्या हेतूकडेच पाहतात. तुमच्या नकळत तुमचा हेतू लोकांपर्यंत पोहोचतो. शब्दांच्या पलीकडले ऐकले जाते आणि तो आत्म्याचा आवाज असतो.

त्या रात्री मी त्या लोकांचे नेतृत्व केले; पण ते अगोदरच या विधीसाठी तयार होते. हृदयाला ठोक्यांबद्दल सांगावे लागत नाही. ते आपोआप पडतात. ज्वालांसमोर शरीराच्या रासायनिक प्रक्रियेस सूचना नाही द्यावी लागत, ती आपोआप घडते. रासायनिक प्रक्रिया करण्यासाठी, पावलांवर घाम येण्यासाठी कोणी सांगत नाही. आयुष्य वाढवण्यासाठी आपोआप ते घडते. तुमचे शरीर तुमचे आयुष्य वाढवण्यासाठी सातत्याने, न थकता या क्रिया करत असते आणि तुम्ही निर्धास्त झोपत असता, खेळत असता, काम करत असता. अहोरात्र, तुमच्या सूचनेशिवाय तुमचे शरीर तुमच्या नकळत तुम्हाला संरक्षण देत असते. तुम्हाला वाचवण्यासाठी तुमचे शरीर तुमची परवानगी घेत नाही. शरीराची रचनाच तशी बनलेली असते.

आणि जरी त्या अक्राळविक्राळ ज्वालांसमोर तुम्हाला, तुमच्या शरीराला काही

सांगायची संधी मिळाली तरी तुम्ही काय सांगणार? तुम्हाला तुमच्याबद्दल काय माहीत आहे? तुम्ही त्याला काय करायला सांगाल? तुमच्या क्षमतेबद्दल तुम्हाला काय माहीत आहे? हा विधी म्हणजे फक्त अग्नीवरून चालणे नव्हे. हा विधी म्हणजे तुमच्या 'स्व'चा आणि क्षमतेचा शोध आहे.

प्रत्येक गोष्ट समजावून सांगू शकत नाही आणि तरी प्रत्येक गोष्ट घडते.

तुम्ही आगीवरून जखम न होता कसे चालू शकता? याबाबतीत अनेक परस्परविरुद्ध सिद्धान्त आहेत. हे खरे आहे की, ज्याचे मन तयार आहे, त्याला आगीचे चटकेही बसत नाहीत. शरीर ज्वालांपेक्षा मोठे होऊन पुढे सरकते. शरीराचा अग्नी होतो आणि अग्नी अग्नीला भेटतो.

जसे आम्ही चालत गेलो, लोक सतत आपसात बोलत होते. मला कल्पना नाही की, ते काय बोलत होते; पण त्यांची ऊर्जा माझ्यापर्यंत पोहोचत होती. आम्ही आगीच्या दिशेने निघालो; पण आता धगधगते निखारेच उरले होते. मला अपेक्षा होती त्यापेक्षा जास्त वेळ मी भाषण दिले होते किंवा ज्वाला लवकर शांत झाली असावी.

मी कोळसे सारखे करू लागले. अग्नीचा बिछाना खूप जास्त लांब नव्हता. मी तो फार लांब ठेवलाच नव्हता. मला प्रकर्षाने वाटते की, अग्नीवरून तुम्ही किती पावले चालता हे महत्त्वाचे नाही. तुमचे पहिले पाऊल फार महत्त्वाचे आहे. जर पहिले पाऊल योग्य पडले तर आपोआप इतर पावले पडतात.

मी अग्नीचा बिछाना खूप सुंदर बनवला होता. त्यावर लुकलुकणारे जळते निखारे टाकले होते. तो बिछाना फारच सुंदर दिसत होता.

मी त्या घोळक्याकडे पाहिले. ते शांततेने मला न्याहाळत होते. त्यांच्या हृदयात श्रद्धा होती आणि डोळ्यांत जिद्द होती. या लोकांना आता अधिक भाषणाची गरज नव्हती. फारच नैसर्गिक लोक होते ते. जो माणूस भाषा न समजता, हृदयाचा हृदयाशी झालेला संवाद समजून घेतो आणि आगीवर चालायला तयार होतो, तो आयुष्यात कोणत्याही प्रसंगासाठी धैर्याने तयार असतो. मी माझ्याकरता गुरुची भूमिका निभावत होते. या लोकांना कोणत्याही शिकवणीची गरज नव्हती. त्यांचे अस्तित्व मला बऱ्याच गोष्टी शिकवून गेले.

मला वाटते, आपल्याला आयुष्यात भेटलेल्या प्रत्येकामध्ये गुरुचे गुण असतात. प्रत्येकजण आपल्याला काहीतरी शिकवतो; पण माझ्यासारख्या मूर्ख लोकांना एवढा प्रवास करून जगाच्या दुसऱ्या टोकाला गुरू शोधत यावे लागते.

''अग्नीवरून चालणे म्हणजे गमतीची गोष्ट नाही.''

माझ्या धारदार आवाजाने त्यांची आपसातील बडबड थांबली. मला माहीत होते, मी बोललेले त्यांना कळणार नाही; पण मी आता शब्दांपलीकडे संवाद साधू

शकत होते. अग्नीवर चालणे ही आध्यात्मिक क्रिया आहे. सत्यतेचे ते सुंदर दार आहे, जे तुम्हाला तुमच्या आयुष्याची संधी देते आहे. अग्नीचे रूपांतर होते. अग्नी चालतो, अग्नी धावतो; अग्नी पेटतो आणि जेव्हा आज रात्री तुम्ही अग्नीवरून चालाल तेव्हा अगोदरचे तुम्ही राहणारच नाही!

जॅक्स आणि रेनेला मी त्यांच्या जागेवर जाण्यास सांगितले. थंडीचा प्रचंड कडाका असूनही त्यांना प्रचंड घाम येत होता.

''हा अग्नी फारच गरम दिसतोय.'' कोळशाचा शेवटचा तुकडा सारखा करत मी मनाशीच बोलले.

''अग्नीचा बिछाना तयार आहे.'' असे म्हणून प्रार्थनेकरता मी आकाशाकडे हात नेले. आकाशातही तसेच लुकलुकणारे निखारे होते. मी मागे गेले. तो घोळका हसत खेळत अग्नीवर चढला. कोणी त्यावर चालत होते, कोणी नृत्य करत होते. अचंबित व्हावे असेच ते दृश्य होते. कोणी एकमेकांना मिठ्या मारत होते. एकमेकांशी जोरात, आर्जवाने बोलत होते. मला फार आनंद झाला. मला माहीत नाही त्यांना काय कळले होते; पण जेव्हा त्यांनी अग्नीवर पाय ठेवला तेव्हा त्यांच्या मनाने शरीराचा ताबा घेतला आणि शरीराला लगेच कळले काय करायचे आहे.

कहुना म्हणाले, ''ज्वाला आणखी वर येऊ द्या.''

अग्नीच्या दोन्ही बाजूंनी वर येणाऱ्या ज्वाला असल्या की, चालणे अधिकच गूढरम्य होते.

''आपल्याला आणखी लाकूड आणावे लागेल.'' जॅक्स माझ्याकडे बघत म्हणाला,

''तू इथेच अग्नीजवळ थांब. मी धावत जाऊन अजून काही ओंडके घेऊन येते.'' मी आणि रेने कोठाराच्या दिशेने धावू लागलो. खोलीचे दार उघडताना मला अक्षरश: धाप लागली होती. डावीकडे वळून मी लाकूड शोधू लागले. थोडेतरी लाकूड नक्कीच शिल्लक असेल.

''बरे झाले देवा! इथे तर लाकडाची चळत आहे!''असे म्हणत मी तीन ओंडके बाहेर काढून रेनेकडे दिले आणि तीन ओंडके स्वत: उचलले. मी दरवाजा बंद केला. मात्र, भीतीने मी जागच्या जागी गारठले. हातात घट्ट धरलेले ओंडके भीतीने खाली पडले. मी परत दार उघडले. पाइन लाकूड जसेच्या तसे होते. त्याला कोणी स्पर्शही केला नव्हता आणि टीक लाकडाचा ढिगारा नाहिसा झाला होता.

मला चक्कर आल्यासारखे वाटले. उलटी करण्याची इच्छा होत होती.

रेने विचारत होता, ''तू ठीक आहेस ना?''

''लाकडाचा ढीग कुठे आहे?''रिकाम्या जागेकडे बोट दाखवीत मी रेनेला विचारले. मी मनात प्रार्थना करत होते, त्याने 'ते' उत्तर द्यायला नको म्हणून!

"आम्ही अग्नी निर्माण करण्यासाठी ते वापरले," रेने प्रामाणिकपणे उत्तरला.

हे टीकचे लाकूड अग्निकुंडांवर जळत होते. त्याच टीकच्या लाकडावर गरीब, निरागस खेडूत लोक चालत होते, नाचत होते. 'टीकचे लाकूड अग्नीवर चालण्यासाठी कधीच उपयोगात आणत नाहीत. कारण त्यामुळे अतिशय उष्ण अग्नी आणि अतिशय टोकदार कोळसा तयार होतो.' मला कहुनांचे शब्द आठवले. मला प्रचंड थकवा जाणवला आणि परत त्या जागेकडे जायचे धैर्यही नष्ट झाले.

"तू ठीक आहेस ना?" रेने पुन:पुन्हा विचारत होता.

मी परत अवसान आणले. मला दुसरा पर्यायच नव्हता. टीकचे लाकूड जळत होते. मी खोल श्वास घेतला. आजच्या दिवसापुरती का होईना, मी गुरू होते, गुरू होते. खोट्या आत्मविश्वासाने मी लाकडाचे तीन ओंडके धरून परत तेथे पोहोचले.

आता त्या घोळक्याने चालणे थांबवले होते. मला शंका होती की, ते दु:खाने रडत असतील आणि मला शिव्या देत असतील; पण जेव्हा त्यांनी मला पाहिले तेव्हा आनंदाची आणि उत्साहाची नवीन लाट आली. मी अग्नीच्या बिछान्याच्या बाजूला ते ओंडके ठेवले आणि जॅक्सने ते पेटवले. दिमाखदार ज्वाला आकाशाला भिडू लागल्या. नंतर कहुनांनी अग्निनृत्याच्या विधीचे नेतृत्व केले.

मी बाजूला अचल उभी होते. मी हे काय केले? माझे पहिले अग्नीवर चालणे, माझी पहिली टीकच्या लाकडावरची दीक्षा आणि हे लोक आनंदात नाचत होते!

मला माहीत होते, ते टीकचे लाकूड आहे; पण त्यांना ते माहीत नव्हते. मला वाटते, कोळशांऐवजी गरम लाव्हारस जरी मी ओतला असता, तरी त्यांना इजा झाली नसती. त्यांचा कहुनांवर विश्वास होता, माझ्यावर विश्वास होता आणि सगळ्यात महत्त्वाचे म्हणजे त्यांचा स्वत:वर विश्वास होता. ते चिरचैतन्याने पेटलेले आत्मे होते.

शेवटचा निखारा दणकट पावलांनी शांत केला गेला आणि घामाने चिंब झालेले लोक खाली उतरले.

"अग्नीचा बिछाना आता बंद झाला आहे," मी परत सगळ्यांना उद्देशून बोलू लागले. "तुमचा विश्वास आणि तुमच्या प्रार्थना सुरक्षित राहो आणि तुमच्या आयुष्यात त्यांचे अतिशय आनंददायी स्वरूपात प्रकटीकरण होवो," मला भरून आले. पुढे बोलता येईना.

एमाने सगळ्यांना कॉफी आणि केकसाठी आतमध्ये नेले.

मी पायदळी तुडवलेल्या निखाऱ्यांसमोर बसले.

जॅक्स हसला, "खूप सुंदर अग्नी होता. असा अग्नी मी पूर्वी कधी बघितला नव्हता. मी भारावून गेलो."

मी एक शब्दही न बोलता हसले. मला त्याने निष्काळजीपणे टीकचे लाकूड

आणले हे सांगून त्याचा आनंद हिरावून घ्यायचा नव्हता. सर्व प्रक्रिया अद्‌भुत झाली होती. टीकच्या लाकडावर अग्निदिव्य! परदेशी भाषेतील कार्यशाळा! आणि एकसुद्धा इजा नाही!!

विश्वास आणि श्रद्धा या अद्‌भुत गोष्टी आहेत; त्यामुळे साधारण माणूस असाधारण बनतो. या दोन भावनांमुळे आपण पूर्णपणे बदलू शकतो. या दोन्ही भावनांना मर्यादा नाहीत. कोणी घालूनही दिलेल्या नाहीत. तुमच्या स्वत:च्या मर्यादा आणि तुमची स्वत:ची श्रद्धा या दोन गोष्टींमध्येच तुमची आयुष्याची चौकट मांडलेली असते.

आपल्यापैकी बहुतेकांच्या श्रद्धेला मर्यादा असतात आणि आपणच स्वत:ला अयोग्य समजतो. एका महान लेखकाचे वाक्य आहे, 'देव तुमच्या पापांसाठी तुम्हाला क्षमा करेल; पण तुमचा मेंदू कधीही क्षमा करणार नाही.' तुमचे मन तुमच्या श्रद्धा आणि विश्वासाचे गुलाम आहे हे तुम्ही नेहमीच लक्षात ठेवले पाहिजे.

कहुना माझ्याशेजारी बसले, ''खूप अद्‌भुत होते सर्व. तू अद्‌भुत गुरू आहेस. आनंददायी शिक्षक आहेस. लोक तुझ्या ऊर्जेची तोंड भरून तारीफ करत आहेत.''

''तुम्हाला माहीत होते ते इंग्रजी जाणत नाहीत?'' मी कहुनांना टोचूनच बोलले.

''लोकांना भाषा शिकवायची होती?'' कहुनांनी प्रतिप्रश्न केला. ''आपण पक्षी, बेडूक, झाडे, सूर्य आणि ऋतूंपासून शिकू शकतो. त्यांनी कोणती भाषा बोलावी म्हणजे तू शिकू शकशील? प्रेमाला भाषा असते का? जो माणूस द्वेष करतो त्याला सांगावे लागते का तो तुझा द्वेष करतो म्हणून? शिकवण्याची कोणती भाषा नसते आणि शिकण्याचीही. आयुष्यातले महान धडे तुम्ही एक शब्दही न बोलता शिकू शकता. तुमच्या अस्तित्वानेही तुम्ही करोडो आयुष्यांचे धडे एकाच वेळी शिकवू शकता. गुरुकडून आलेले ते बक्षीस असते.''

मला अश्रू आवरेनात.

''मी नापास झाले,'' मी कबूल केले, ''त्या मुलांनी पाइनऐवजी टीकचे लाकूड जाळले. लोक जळत्या टीकच्या लाकडावरून चालत गेले.''

मी लहान मुलासारखे हुंदके देऊन रडू लागले.

''माझ्याकडे बघ,'' कहुना म्हणाले. त्यांनी माझा चेहरा उचलून त्यांच्या हातात धरला. ''लोक तुझ्या मार्गात अडथळा आणतील. लोकांना तुझा हेतू कळणार नाही. जाणतेपणी - अजाणतेपणी लोकांच्या चुका होतील; पण शेवटी तू कोण आहेस हेच महत्त्वाचे आहे. लोक जॅक्स आणि रेनेने बनवलेल्या अग्नीच्या बिछान्यावरून नाही चालले. ते तुझ्या ऊर्जेमुळे आणि ताकदीने चालले आणि तुझी ऊर्जा अनेक टीकच्या लाकडांपेक्षा कितीतरी पटीने जास्त आहे. गुरुची ताकद अशी असते.

फक्त गुरुच, ज्याचा आत्मा हेतूने प्रेरित आहे; तो विषाच्या प्याल्याचे जीवनरसात रूपांतर करू शकतो. गुरुच्या शक्तीने पथिकाच्या पायवाटेतील सर्व काटे दूर होतात. गुरुच्या शक्तीने प्रत्येक परिस्थितीत प्रार्थनेला उत्तर मिळते. फक्त गुरुच टीकच्या लाकडाचा अग्नीचा बिछाना करू शकतो आणि त्याचे लोक इजाविरहित राहतील अशी व्यवस्था करू शकतो. तू गुरू आहेस. तू एकमेव आहेस.''

''तुझ्या ताकदीमुळे करोडो लोक आगीवरून चालू शकतील. कारण तू तिथे असशील. तुझ्यावर आध्यात्मिक जबाबदारी असेल आणि जेव्हा तू त्या भूमिकेत असशील तेव्हा तू एकटी नसशील. हजारो आत्म्यांच्या वतीने तू ती भूमिका निभावून नेशील आणि हजारो आत्म्यांना तू चेतना देशील.''

कहुनांनी मला अग्नीजवळ एकटे सोडले. अग्नी माझ्या जवळ आणि ते कॉटेजमध्ये त्यांच्या पाहुण्यांना निरोप देण्यासाठी गेले.

माझी स्वत:ची ऊर्जा कहुनांच्या नजरेतून बघणे हा मला चमत्कारच वाटत होता. असे वाटले, मी अनंतकाळ अग्नीजवळ बसून आहे.

''कहुना तुला बोलावत आहेत,'' जॅक्सच्या शब्दांमुळे माझ्या विचारांची साखळी तुटली.

मी उठून जॅक्सबरोबर कॉटेजमध्ये पोहोचले.

खेड्यातून आलेले ते सर्व लोक गेले होते. कहुना आणि इतर सर्व सकाळच्या जागेवरच बसले होते. जिथे लोकर आणि तंबाखू ठेवली होती, तिथे मध्यभागी बुद्धाची छोटी मूर्ती होती.

मी आसन ग्रहण केल्यावर कहुना म्हणाले, ''आपण आता दीक्षा प्रक्रियेच्या शेवटाकडे आलो आहोत आणि आम्ही तुला आध्यात्मिक गुरू म्हणून जाहीर करत आहोत. तू आता आध्यात्मिक उपचार करू शकतेस. तुझ्या अस्तित्वाने आणि ध्येयाने उपचार होतील. तुला अग्नीने दीक्षा दिली आहे.''

त्यांनी ऋषीची पाने पेटवली.

''अग्नीने तुला स्वीकारले आहे. हे माहीत असू दे की, विविध लोक विविध प्रकारच्या अग्नींचे द्योतक असतात. जंगल नष्ट करणारा अग्नी असतो, उपचार करणारा अग्नी असतो. कीर्ती आसमंतात पसरवणारा अग्नी असतो, स्वयंपाकाला मदत करणारा अग्नी असतो, रूपांतरित होणारा अग्नी असतो. शरीरात ऊब आणून संजीवनी देणारा अग्नी असतो आणि तूही अग्नीचेच द्योतक आहेस. आनंद साजरा करणारा अग्नी! तू चिरआनंद आहेस. तू म्हणजे एक अखंड उत्सव! तुझे अस्तित्व आनंद, हास्य आणि चैतन्याची शिंपण करते. तू आनंद आणि उत्सव साजरा करणारा अग्नी हो आणि लोक तुझ्या अस्तित्वामुळे आयुष्याचा उत्सव साजरा करू देत!''

''दीक्षा विधी संपलेला आहे.'' कहुनांनी समारोप केला.

ते उठून बुद्धाच्या मूर्तीसमोर वाकले. भगव्या रंगाची क्रिस्टलची माळ मूर्तीवरून काढली आणि नंतर माझ्यासमोर वाकले.

''तुझ्यात मी अग्निदेवता बघतो. तुझ्यात मी ऊर्जेची देवता बघतो. तुझ्यात मी प्रेमदेवता बघतो. तुझे आयुष्य म्हणजे दिव्यत्वाचा ध्यास असू दे आणि तुझ्या प्रार्थनेमुळे दुसऱ्या आत्म्यांची सेवा घडू दे.''

कहुनांनी ती माळ माझ्या गळ्याभोवती घातली आणि सर्वजण परवानगीशिवाय स्वयंस्फूर्तीने समोर आले आणि त्यांनी एकत्रितपणे गाढ आलिंगन दिले. एकाच वेळी एकदम नऊ लोकांनी मला गाढ आलिंगन दिले होते आणि मला माहीत होते की, त्यांनी माझा स्वीकार केला होता. मला दीक्षा मिळाली होती.

ती रात्र पूर्णतेची रात्र होती. मला माहीत होते, खरे अग्नीवरचे चालणे आतापासून सुरू होणार होते. माझे खरे आध्यात्मिक आव्हान मी येथे जे स्वातंत्र्य उपभोगले, जे ज्ञान मिळविले, जी वाढ अनुभवली त्या सर्व गोष्टींनी माझ्या भविष्यातील दिवसांना आकार देण्याचे होते.

बगिच्यातील टेबलाजवळ बसून एमा आणि मेरी गप्पा मारत होत्या तर रिक आणि सेन बाहेर चालत होते. मला थकवा आला होता. मी वर जाऊन पलंगावर आदळलेच! मी घामेजले होते आणि मला धुराचा वास येत होता; पण मला त्याचे सोयरसुतक नव्हते. माझ्या पलंगाशेजारी पडलेले माझे परतीचे तिकिट मी तपासून बघितले. उद्या या वेळी मी परतीची वाट धरलेली असेन.

अख्खा आठवडा भुर्रकन निघून गेला होता. आत्ताच तर मी आले होते, असे वाटत होते. सात दिवसांपूर्वी मी नेदरलँडला पोहोचले होते. मला माझ्या पडझड झालेल्या जगापासून दूर जायचे होते. जेव्हा विमान पकडले तेव्हा दुःखातच होते. माझा प्रेमभंग झाला होता. मी पार कोलमडून गेले होते आणि इथे, जखमेपेक्षा इलाजच भारी होता.

पण जेव्हा मी मागे वळून बघते, तेव्हा मला असे नाही वाटत की, इथे येणे ही माझी पळवाट होती. पळवाट म्हणजे जेव्हा काहीतरी चुकीचे घडले आहे हे तुम्ही नाकारता आणि त्यासाठी तुम्हाला काहीतरी करायला पाहिजे हेही तुम्ही नाकारता. मला माहीत होते, माझे आयुष्य पार रसातळाला गेले होते आणि मला जाणीव होती की, मला ते ताबडतोब बदलायचे होते. ही पळवाट कशी होऊ शकते? माझा इथे येण्याचा निर्णय योग्यच होता कारण मी नवीन पर्याय निवडू शकले; जगण्याची योग्य तऱ्हा शिकू शकले. तोपर्यंत मी सर्व जुन्या नियमांनिशी म्हणजे दोषारोपण, खंत, तडजोड या नियमांचे पालन करत आयुष्य जगत होते. ज्या गोष्टी योग्य वाटल्या नाहीत, त्यांना नाही म्हणून आणि योग्य उत्तरांचा शोध

घेऊन मी चांगलेच काम केले आणि मला योग्य उत्तर सापडले. मी ते उत्तर जगले, ते उत्तर अनुभवले; मी माझ्यावरच खूश होऊन अभिमानाने हसले.

विधींमुळे मला फायदा झाला. भूतकाळातील दुखवटा साजरा करण्यासाठी मला एकही क्षण मिळाला नाही. विधींमध्ये सहभागी झाल्यामुळे मला नव्या जगाची ओळख झाली, नवीन पर्याय उपलब्ध झाले. माझे दु:ख कुठल्या कुठे पळाले. मी सक्षम झाले होते, माझ्या जाणिवा जागृत झाल्या होत्या. मी गरीब, बिच्चारी, जगाची बळी नव्हते; मी स्वत:च सृजन झाले होते.

माझ्या सर्व अनुभवांमुळे मला कृतज्ञता वाटत होती आणि भरभरून मिळालेल्या प्रेमामुळे आणि आधारामुळे मला भरून आले होते. मला भेटलेली प्रत्येक व्यक्ती त्यांच्या परीघात गुरुच होती. एमा, सेन, मेरी आणि प्रत्येकजण यांनी माझ्यातील आध्यात्मिक उत्क्रांतीला आणि वाढीला चालना दिली. निरपेक्ष प्रेमाचे, सहनशीलतेचे आणि एकमेकांना आधार देण्याचे धडे मी त्यांच्याकडूनच घेतले.

घरी प्रत्येकाचे आयुष्य दु:खाचे होते. कोणीच आनंदी दिसत नाही. त्यांना आनंदी व्हायचे आहे; पण ती इच्छा अपूर्णच आहे. त्याचे सत्यतेत रूपांतर झाले नाही. आनंद ही इच्छा असू शकत नाही. आनंद हा द्यायचा असतो. कोणासाठी काहीतरी करण्यामध्ये आनंद असतो. आनंद म्हणजे लोकांकरता घडवला जाणारा आनंद. त्यांना कळतच नाही की, तुम्ही तुमचा आनंद निर्माण करता. आनंद हा एक पर्याय आहे, आनंद म्हणजे कशाची परिणती नाही. दुसरे कोणीच तुम्हाला आनंद देऊ शकत नाही. तो तुम्ही दुसऱ्यांना देता कारण तो तुमच्याजवळच असतो. आनंद तुम्ही स्वत:जवळ ठेवू शकत नाही. आनंद ही दुसऱ्यांना निरपेक्षपणे देण्याची भावना आहे. तुम्हाला आवडो अथवा न आवडो, तुम्ही जेव्हा आनंदी असता, तो आनंद सर्वदूर पसरवता. गुलाबाचा सुवास गुलाबापुरताच सीमित नसतो, तसेच आनंदाचेही आहे. आनंद केवळ तुमचा नाही, तो जगाचा आहे कारण जेव्हा तुम्ही आनंदी असता तेव्हा अख्खे जग आनंदाने डोलू लागते.

त्यांचे सल्ले आणि चिंता त्यांच्या स्वत:च्या तडजोडीच्या अनुभवांमधून आले होते. 'तुला सगळ्याच गोष्टी मिळणार नाहीत. आयुष्यात प्रत्येक पायरीवर तुला तडजोड करावीच लागेल. तू लोकांवर विश्वास ठेवू नकोस. जग खूप वाईट असते वगैरे.' स्वत:ला एकही प्रश्न न विचारल्यामुळे साचत गेलेल्या समजुतींवर त्यांची सत्यता आधारलेली होती.

मला तशा प्रकारचे आयुष्य नको आहे. आतापर्यंत भरपूर तडजोडी केल्या. माझा आत्मा विशाल आहे. तो नाही अशा तडजोडी स्वीकारू शकत. सगळ्यांना त्याने व्यवस्थित दिलेले असते. तडजोड म्हणजे ज्या लोकांना स्वत:ची वाढ नको आहे, ज्या लोकांना दुसऱ्यांना द्यायचे नाही. जेव्हा आत्म्याची उत्क्रांती आणि प्रगती

झालेली असते तेव्हा तडजोड नसते, साहचर्य असते. तडजोड म्हणजे तुमच्या आत्म्याला मारण्याचा सर्वांत गतिमान उपाय. मला नेहमीच मुक्ती हवी होती.

इथपर्यंत माझा प्रवास झाला आहे. मला माहीत आहे, मला अजून प्रेम मिळेल, आशीर्वाद मिळतील, मार्गदर्शन मिळेल. माझा प्रवास आताच सुरू झाला आहे. मला माहीत आहे की, माझी ऊर्जा जिवंत ठेवण्यासाठी मला इतरांसाठी कहुना, मेरी, एमा, रिक, सेन, रुड, मार्टिन, जॅक्स आणि रेने व्हावे लागेल. मला माहीत आहे की, त्यांचे प्रेम आणि आधार माझ्या दररोजच्या व्यवहारांमध्ये, हेतूंमध्ये जिवंत ठेवून मी दररोज माझे ध्येय गाठण्यासाठी मला मार्गदर्शन करू शकते.

आता खऱ्या अर्थाने माझा प्रवास सुरू झाला आहे. जर खरेच माझी आध्यात्मिक प्रगती झाली असेल तर मी कुठेही गेले तरी माझ्यासाठी चांगले जग निर्माण करू शकेन. जर माझे अनुभव खरोखरच माझ्या हृदयाला स्पर्शून गेले असतील आणि त्यामुळे माझ्यातील ऊर्जा आणि अनुकंपा जागृत झाली असेल तर कोणत्याही परिस्थितीत मी उत्क्रांत होईन. मला माहीत होते की, मला खरेच काही गवसले होते आणि माझ्या जुन्या जगाच्या राखेवर नव्या जगाची निर्मिती करायला मी उत्सुक होते.

मी प्रार्थना केली आणि मी शरण गेले. या सात अद्भुत दिवसांमध्ये मी माझी ऊर्जा ओळखली होती आणि माझ्यातील भीतीशीही सामना केला होता. मी मुक्त झाले होते. माझे संपूर्ण आयुष्य माझ्यासमोर होते. आयुष्य जे मी या सात दिवसांच्या प्रार्थनेत काळजीपूर्वक रेखाटले होते.

■

माझ्या अनुभवांची शिदोरी : तुमच्यासाठी

→ तुम्ही शिकवण्यापूर्वी तुम्हाला सगळेच माहीत असण्याची गरज नाही. कधीकधी तुमचे शिकवणे तुमच्यासाठी शिकण्याचा दिव्य अनुभव असू शकतो.

→ दुसऱ्यांच्या यशात आणि विजयात स्वतःचा आनंद मानण्यासाठी उच्च कोटीचा मोठेपणा लागतो.

→ जेव्हा तुम्ही श्रीमंत होण्याची इच्छा करता तेव्हा तुमच्यावर लोकांच्या आयुष्याचे मूल्य वर्धित करण्याची जबाबदारी येते. तुम्ही अब्जाधीश बनता, जेव्हा लोक तुमची सेवा निरपेक्ष आणि अमूल्य आहे असे मानतात.

→ जसे आयुष्य श्वास आणि उच्छ्वास यांच्या समतोलावर आधारले आहे, त्याचप्रमाणे भौतिक समृद्धी आणि आध्यात्मिक वैराग्याचा समतोल साधल्यावर मुक्ती प्राप्त होते.

→ समृद्धी हा तुमचा हक्क आहे आणि आध्यात्मिकता हा तुमचा वारसा आहे.

→ काही धडे समजावून सांगता येत नाहीत. काही धडे अग्नीवर चालण्याच्या अनुभवानेच उमजतात.

→ आपल्याला आयुष्यात भेटणाऱ्या प्रत्येक व्यक्तीमध्ये गुरुचे बीज असते. ते बीज शिकवण्याचे धडे सोबत घेऊन येते.

→ जेव्हा भीती तुमचे दार ठोठावते आणि श्रद्धा दरवाजा उघडते तेव्हा तिथे कोणीच नसते.

→ आयुष्याचे महान धडे तुम्ही संवादाशिवाय गिरवू शकता. तुमच्या फक्त अस्तित्वाने तुम्ही करोडो जन्मांचे धडे एकाच वेळी देऊ शकता.

→ अज्ञानाचा जाळ असतो, आगीचा फक्त बहाणा असतो.

→ जेव्हा मन तयार असते तेव्हा शरीर त्या घटनेशी संबंधित ऊर्जेशी मिळते आणि इच्छेनुरूप सत्यता निर्माण होते; मग ते अग्नीवर

चालणे असो किंवा मोठे राज्य निर्माण करायचे असो.

→ जेव्हा तुमचे आयुष्य म्हणजे तुम्ही ज्यांना स्पर्श केला त्यांच्यासाठी उत्सव असतो तेव्हा ते तुमच्यासाठी सुंदर जगणे असते.

→ तुम्ही गुरू आहात आणि तुम्ही विद्यार्थीही आहात. आयुष्य तुम्हाला दोन्ही बाजूंनी शिकवते.

→ आनंद हा एक पर्याय आहे आणि जेव्हा तुम्ही आनंदी राहण्याचा पर्याय स्वीकारता, तुम्हाला तो सर्वदूर पसरावा लागतो.

स्वतःवर प्रभुत्व

मला कोणीतरी उठवत होते. मी डोळे उघडले. कोणीतरी नक्कीच माझे नाव घेत होते. मी अंथरुणावर उठून बसले. आश्चर्यचकित झाले होते; पण घाबरले नव्हते. अगोदरही बरेचदा मला असेच उठवले गेले आहे आणि मी उठून बसायचे आणि कोणी उठवले याचा शोध घ्यायचे. खूपदा माझ्या आजोबांची प्रतिमा माझ्या डोळ्यांसमोर तरळायची.

मी नेहमी जसे करायचे तसेच आताही केले. अंथरुणावरून उठून मी खिडकीजवळ गेले. एमाच्या घोरण्याने सबंध खोली व्यापून गेली होती. प्रत्येकजण गाढ झोपेत होता. मी माझे घड्याळ शोधू लागले; पण नंतर आठवले की, ते मी घामाच्या घराच्या तेथील रोपापाशी ठेवले होते. माझ्या मोबाईल फोनवर वेळ बघितली तर सकाळचे सहा वाजून तीस मिनिटे झाली होती. मला खोलीत खूप प्रेमळ अस्तित्व जाणवले. ''आजोबा'' मी पुटपुटले.

जेव्हा मी लहान मुलगी होते तेव्हा माझ्या आजोबांचे माझ्याकडे बारीक लक्ष असायचे. जर मी छान काहीतरी केले तर ते मला बक्षीस देत. रात्री मला झोपवताना ते बक्षीस द्यायचे. माझ्या केसांवर हात फिरवून ते पुटपुटत, 'मला तुझा खूप अभिमान आहे. प्रत्येक वेळी तू तुझ्याही पलीकडे जा आणि मोठी हो.' ती माझी सर्वांत छान झोप असायची कारण माझ्या चांगल्या कामाची पावती मला मिळालेली असायची. बहुतेक सर्व रात्री झोपण्याच्या वेळी मला माहीत असायचे की, माझ्यावर सगळे प्रेम करतात.

या सात दिवसांत मी एवढी प्रगती केली, एवढे मिळवले! आणि आज माझे आजोबा भेटून त्यांनी मला पुन्हा एकदा पावती दिली. त्यांना किती अभिमान वाटला माझा!

मला कोठाराच्या जवळ मेरी दिसली आणि मी खाली जायचे ठरवले. माझी झोप झाली होती.

मी कॉटेजच्या बाहेर आल्यावर मेरीने धावत येऊन मला मिठी मारली. आता

आम्हा दोघींनाही कोंबड्यांचा वास येऊ लागला.

"आज कोणीतरी लवकर उठलेय," ती हसत म्हणाली.

"होय. कोणीतरी उठलेय खरेच," मी जांभया देत म्हटले.

"तू सामानाची आवराआवर कर आणि लवकर अंघोळ कर, बये. आज जाण्यापूर्वी तुला बरेच काही करायचेय," मेरीने माझा हात धरत सांगितले.

मला कळले नाही तिला काय म्हणायचेय ते; पण मी परत कॉटेजमध्ये गेले. उत्साहाच्या भरात मला कळलेच नाही की, बाकीचे अजून साखरझोपेत होते आणि माझ्या पावलांच्या आवाजाने खोलीमध्ये छोटासा भूकंपच झाला होता. मी दरवाजा ढकलला तर सेन गोंधळलेल्या अवस्थेत बिछान्यावर बसलेला दिसला.

"काय झाले?" त्याने विचारले.

"काही नाही. मी घराला थोडेसे हलवत होते," मी गमतीने म्हटले.

सेन जास्तच गोंधळला आणि परत पांघरुणात शिरला.

मी शांतपणे अंघोळ केली. आदल्या रात्रीच मी माझे सामान बांधले होते आणि आज माझे आताचे कपडे आणि साबण, शॅम्पू वगैरे ठेवले. माझी प्रवासी बॅग माझ्या बिछान्यावर ठेवली.

एमाने सेन आणि रिकला उठवले. तिने अक्षरशः दोघांना बिछान्यावरून ओढत आणले.

"कहुना विधीकरता कधीही येतील," तिने बजावले. कहुनांचे नाव ऐकून दोघेही ताडकन उठून बसले. लवकर तयार होण्याकरिता थोडासा धाक दाखवणे गरजेचे होते.

मी खाली न्याहारी करायच्या खोलीत गेले. कहुना अगोदरच तेथे आले होते आणि मला पाहून त्यांना फार आनंद झाला.

"हा आला सूर्यप्रकाश!" ते कौतुकाने म्हणाले, "तुमची न्याहारी झाल्यावर आपण अग्निकुंडाजवळ आपल्या शेवटच्या विधीसाठी जाऊ."

मला माहीत नव्हते आणखी एक विधी आहे. मला वाटले, सगळे विधी झाले; पण जो राहिला होता तो आमच्याकरिता बोनस होता. दुपारच्या जेवणानंतर शेवटी गोड डिश यावी तसे!

आम्ही सगळ्यांनी न्याहारी केली, खूप हसलो, खूप गप्पा मारल्या; पण कहुना आज खूप शांत होते. मला कळले नाही का आणि प्रश्न विचारून मला लुडबुडही करायची नव्हती. त्यांच्या शांत असण्याला माझी मूक संमती होती; पण हसता हसता माझे लक्ष त्यांच्याकडे जायचेच.

"चला, जाऊ या," हसणे विरल्यावर आणि गप्पा थांबल्यावर कहुना म्हणाले. आम्ही सगळे उठलो. मेरी टेबल साफ करायला थांबली.

आम्ही तळ्याजवळ आल्यावर वाटले की, माझे अंत:करण जड झाले आहे. मला इथून जायचे नव्हते. मला येथेच राहायचे होते. मला इथे अपार प्रेम मिळाले, वाहवा मिळाली. मी इथे 'महत्त्वाची' व्यक्ती होते. मी या लोकांवर प्रेम केले आणि त्यांनीही माझ्यावर अपार प्रेम केले.

कहुनांनी कोठूनतरी झाडाचा बुंधा आणला. मार्टिन ज्या बुंध्यावर बसायचा तोच बुंधा. तळ्यापासून पंधरा फूट अंतरावर त्यांनी बुंधा ठेवला. रिक, एमा आणि सेन त्याच्या भोवती बसले. कहुना त्याच्यावर बसून मार्गदर्शन करतील असे वाटले; पण माझा विचार पूर्ण होण्याअगोदरच कहुनांनी माझा हात धरून त्या बुंध्याजवळ नेले आणि मला त्यावर बसायला सांगितले. मी गोंधळलेल्या अवस्थेत बसले.

''आपण या विधीने आता सांगता करणार आहोत.'' कहुना इतरांबरोबर बसत म्हणाले. ''याला स्वत:वरील प्रभुत्वाचा विधी असे म्हणतात.''

सर्वजण माझ्या पायाजवळ बसले होते; त्यामुळे मला कसेसेच वाटले. ''माझ्या पायाशी का बसले आहेत सर्व?'' या विचारानेच मी अस्वस्थ झाले.

''तू येथे आलीस आणि त्यामुळे आम्ही गुरू झालोत. आम्ही तुझ्याप्रती कृतज्ञ आहोत. तुझ्या सेवेप्रती आम्ही कृतज्ञ आहोत. याचकामुळे गुरुचे स्थान असते. आम्ही सर्वजण कृतज्ञता व्यक्त करत आहोत. तुझ्या त्रासात, तुझ्या कठीण प्रसंगात तू आम्हा सर्वांना दिव्यत्वाशी नाते जोडायची संधी दिलीस. ती दिव्य ऊर्जा आमच्या वाटेने तुझ्यात उपचार करण्यास आली. तुझी जखम बरी होत गेली आणि आम्हीही चैतन्यस्वरूपात न्हाऊन गेलो. तुझ्या याचनेत आम्हीही देवाच्या अगदी जवळ गेलो.'' कहुना हात जोडून माझ्याशी बोलत होते. एमा, रिक आणि सेननेही हात जोडले होते.

कहुनांचे बोलणे माझ्या हृदयाला खोलवर भिडले आणि हुंदका अनावर झाला. रडू येणार याची कोणतीही पूर्वसूचना न देता अश्रूंचा बांध फुटला. सगळे असे का वागताहेत? मी तर कोणीच नाही! एक मूर्ख, भरकटलेला आत्मा. मी त्यांचे आभार मानले पाहिजेत; पण हे सर्व उच्च श्रेणीचे गुरू पायाशी बसलेत आणि हात जोडून कृतज्ञता व्यक्त करताहेत. माझा आत्मा ढवळून निघाला आणि माझे हृदय विदीर्ण झाले. माझ्या आयुष्यात एवढा मोठेपणा मी कधीही अनुभवला नव्हता आणि एवढा निरपेक्ष चांगुलपणाही कधीच बघितला नव्हता.

मी नेदरलँडला पोहोचल्यापासून हे लोक माझ्याशी एवढे चांगले वागले! प्रत्येक क्षण चांगुलपणाने ठासून भरलेला होता. प्रत्येक शब्द, प्रत्येक कृती 'तिथून' वरूनच आली होती. माझी कहुनांशी झालेली पहिली भेट मला आठवली. एमा, मेरी, रिक, सेन, मार्टिन, रुड आणि प्रत्येकाशी झालेली पहिली भेट आठवली. पहिल्या क्षणापासून सगळ्यांनी मला विशेष बहुमान दिला. मी कोणी विशेष व्यक्ती

नव्हते. कोणत्याच दृष्टीने मी विशेष व्यक्ती नव्हते; पण मला त्यांनी खूप प्रेमाने वागवले. प्रत्यक्ष ईश्वर जरी त्यांच्या घरी आला असता तरी त्यालादेखील त्यांनी माझ्याप्रमाणेच भरभरून प्रेम दिले असते. माझ्यात त्यांनी ईश्वराचे रूप पाहिले आणि मलाही वाटू लागले की, मी कोणीतरी विशेष आहे. जर तुम्ही कोणाला सतत दूषणे दिली, नावे ठेवली, हिणवले, शब्दांनी आणि कृतींनी दुखावले तर त्यांना जशी वागणूक मिळाली त्याचप्रमाणे ते वागतील. आपण एवढे शक्तिशाली आहोत की आपण कोणाला देवत्व बहाल करू शकतो किंवा सतत नावे ठेवून त्या व्यक्तीची हेळसांडही करू शकतो.

माझ्या गुरुंनी मला त्यांच्या पात्रतेचे केले. त्यांच्या पातळीवरील कंपने मला जाणवू लागली. त्यांच्या प्रतिमेत त्यांनी माझी निर्मिती केली. त्यांच्या दिव्यत्वाची पडछाया माझ्यावर पडली.

मी खूप रडले. माझ्या अश्रूंनी बाजूचे तळे सहज भरले असेल. मी अनेकदा माझे अश्रू पुसले; पण परत हुंदके यायचे. कहुना आणि इतर सर्वजण हात जोडून बसले होते. त्यांच्या नजरांनी माझ्यातले चैतन्य टिपत होते. शेवटचा अश्रू गाळून मी फिकट हसले. मला हलके वाटत होते आणि माझे डोळे आता आणखी रडू शकत नव्हते.

''जर मी म्हणजे दुसरे तुम्हीच आहात, तर तुम्ही मला वेगळे का वागवता? मी तुम्हाला जशी वागवते त्यातून कळते मी कोण आहे. जर मी गुरू आहे तर तुम्हालाही तशीच वागवेन. जर मी दिव्य शक्ती आहे तर तुम्ही त्या दिव्यत्वाचा विस्तार आहात. जर मी ईश्वर आहे तर तुम्हीसुद्धा माझ्याप्रमाणेच पूजण्यासाठी पात्र आहात आणि मी माझ्यावर प्रेम करते म्हणून तुमच्यावर त्याहून जास्त प्रेम करते. तुमचे माझे नाते म्हणजे माझे माझ्याशीच असलेले नाते होय. मी म्हणजे प्रत्येक बाबतीत, प्रत्येक अनुभवामध्ये दुसरे तुम्हीच! आणि जेव्हा तुम्ही तुमच्याशी बोलता, एखादी गोष्ट अनुभवता, विचार किंवा कृती करता, तेव्हा ते सर्व माझ्यापर्यंत येते. तुमची काळजी घ्या कारण त्यामुळे माझी काळजी घेतली जाईल. मी तुमच्याकडे आशेने बघेन कारण तुमच्याबरोबर मलाही मोक्षप्राप्ती होईल.''

कहुना उठून तळ्याच्या दिशेने गेले. इतरही त्यांच्यामागे गेले.

मी बुंध्यावर बधिरपणे बसून राहिले. वाटत होते विजेचा लोळ माझ्यावर आदळला आहे. माझ्यातील दिव्यत्व जणू जागृत झाले आहे आणि मी कहुनांचा अर्क आहे. कहुनांनी त्यांच्या ओंजळीतून तळ्यातील पाणी आणले होते. माझ्या पायांजवळ बसत, माझे पाय त्यांनी त्या पाण्याने धुतले. मी संकोचून माझे पाय मागे घेतले. भारतात लहान मुले मोठ्यांच्या पाया पडतात. सन्मान देण्याची ती एक रीत आहे. कहुना तर विरुद्धच करत होते. ते माझे गुरू होते तरीसुद्धा माझे पाय धूत

होते आणि मला आशीर्वाद मागत होते. मला रडू यायच्या आत एमा आली आणि तिने तिच्या ओल्या हाताने माझे पाय पुसले. पुन्हा एकदा अश्रू अनावर झाले आणि मी हुंदके देऊन रडू लागले.

"मी तुझ्या आशीर्वादाला पात्र नाही का? की तू फक्त तुझा हिस्सा घेणार आणि मला माझा हिस्सा देणार नाहीस? तुझे आशीर्वाद मला कधी मिळतील, तरुण गुरुवर?" कहुना माझ्याकडे पाहत होते आणि अश्रूंच्या भिंतीमधून मी त्यांना न्याहाळत होते.

माझा ऊर भरून आला होता. मी काही बोलूच शकत नव्हते. माझ्याजवळ शब्द नव्हते, फक्त हुंदके होते. रिक आणि सेन माझे पाय पुसत होते तेव्हा मी थोडा कमी प्रतिकार केला. डोळे बंद करून त्यांना आशीर्वाद दिले; पण बंद डोळ्यांतूनही अश्रू अव्याहत वाहत होते.

मी एवढी रडले की, स्वर्गही हलला असेल. मी रडले आणि माझ्या जगाची पडझड झाली. मी रडले आणि नवीन जीवन आकाराला आले. ते जीवन जिथे आपण सर्व एक असतो. जीवन जेथे आपण आपल्या प्रतिमेनुसार आयुष्य जगतो आणि इतरांशी वागतो. जीवन जेथे आपण लोकांशी आपल्यासारखेच वागतो. माझ्या गुरुंनी त्यांच्या प्रतिमेनुसार मला घडवले होते, वागवले होते. आता येथून मी माझे आयुष्य कुठे घेऊन जाणार?

"मी म्हणजे दुसरे तुम्हीच आणि जेव्हा तुम्ही मला भेटाल, तेव्हा तुम्हाला त्याचा प्रत्यय येईल. जेव्हा तुम्हाला तुमच्यातील दिव्यत्वाचा प्रत्यय येईल, तुम्हाला माझ्यातील ईश्वरही भेटेल."

मी पुन्हा एकदा स्वतःशीच बोलले, "मी म्हणजे दुसरे तुम्हीच!"

मी अजूनही हुंदके देतच होते. डोळे उघडले तर दिसले की, कहुना आणि इतर सर्व कॉटेजकडे जात होते. मला धावत जाऊन सर्वांना मिठी माराविशी वाटली. मला येथेच राहायचे होते. मला परत जायचे नव्हते; पण मी अचल बसून राहिले. ते जे कोणी होते त्यांच्यासाठी आणि त्यांच्या अस्तित्वामुळे घडलेल्या माझ्यासाठी; प्रेमाचे आनंदाश्रू ढाळत बसले.

■

माझ्या अनुभवांची शिदोरी : तुमच्यासाठी

➔ याचक आणि गुरू यामध्ये खरोखरचा फरक नसतो. फरक दृष्टिकोन आणि प्रवृत्तीचा असतो.

➔ मी म्हणजे दुसरे तुम्हीच! मी मला तुमच्याहून वेगळे वागवत नाही. मी तुम्हाला कशी वागवते त्यावरून मी कोण आहे हे प्रतीत होते.

➔ गुरुही विद्यार्थ्याच्या आशीर्वादाला पात्र असतो, जसा विद्यार्थी गुरुच्या आशीर्वादाला.

➔ मी म्हणजे दुसरे तुम्हीच आणि जेव्हा तुम्ही मला भेटाल तेव्हा तुम्हाला कळेलच. जेव्हा तुम्हाला तुमच्यातील दिव्यत्वाचा साक्षात्कार होईल तेव्हा माझ्यातील ईश्वर तुम्हाला कळेलच.

सुरुवात

मी माझी प्रवासी बॅग घेऊन टेबलाजवळ बसले होते. माझे डोळे अजूनही सुजलेले होते; पण मनात खोलवर शांती पसरली होती. मी घरी जात होते. मीच की कोणी वेगळी व्यक्ती?

"मी गुरू आहे," मी स्वत:शीच हसले.

मी माझ्या नियतीची गुरू आहे. मी माझ्या आयुष्याची गुरू आहे. मला काय झाले किंवा माझ्या बाबतीत काय घडले याचीही मीच गुरू होते. भूतकाळाची मी गुरू होते, म्हणूनच माझ्या आध्यात्मिक उत्क्रांतीसाठी त्याचा उपयोग केला आणि भविष्यकाळाचीही मी गुरू होते म्हणूनच माझे शिकलेले धडे अमलात आणण्याची मला संधी मिळाली. आता मी मुक्त होते.

मी मलाच स्वत:ला फार हुशारीने पिंजऱ्यात बंदिस्त केले होते. बहुतेक सर्वजण हेच करतात. आपण त्या सुंदर मोर पक्ष्याप्रमाणे असतो. रंगीबेरंगी पिसे, ऐटबाज चाल. पक्षी ज्याचा हेवाही वाटतो आणि कौतुकही – जो हेतुपूर्वक पिंजऱ्यात बंदिस्त होतो. जेव्हा कोणी बघत नाही तेव्हा हुशारीने दार आतून कुलूपबंद करतो आणि किल्ली बाहेर फेकतो. आयुष्यभर रडत भेकत आयुष्य घालवतो आणि एके दिवशी त्याचा आत्मा कोणीतरी ओळखतो, त्याची किल्ली त्याला परत देतो आणि म्हणतो, 'अरेच्चा! या बंदिस्त पिंजऱ्यात तू काय करतो आहेस? तुला तर मुक्त फिरणे अपेक्षित आहे.'

आपणच आपली मुक्ती मिळवतो आणि आपल्याला वाटते की, गुरुने आपल्याला मुक्त केले. गुरुने आपल्याला त्या पिंजऱ्याची किल्ली दिली आहे, जी आपणच पूर्वी भिरकावून दिली होती. आपल्या मदतीची याचना गुरुचे लक्ष वेधून घेते आणि ती भिरकावलेली किल्ली आपल्याला मिळते. मी फारच ताकदवान मोर होते कारण पृथ्वी ग्रहाच्या दुसऱ्या भागात मी माझी किल्ली फेकली होती.

"चल लवकर. तुझी टॅक्सी आली आहे," एमा धावत येऊन म्हणाली.

मला हे आदर्श जग सोडायचे नव्हते. हेच ते नि:स्वार्थी जग ज्याची मी सतत

कल्पना करायचे; पण जर एवढे सुंदर जग येथे अस्तित्वात आहे तर मी माझ्या देशातही एवढेच सुंदर जग निर्माण करू शकते. ते जग निर्माण करण्याची जबाबदारी माझी होती. 'मी नाही तर मग कोण?' मी स्वत:शीच हसले.

मी माझी प्रवासी बॅग घेतली. त्यात जास्त सामान नव्हतेच. माझा फरकोट काढून मी मेरीला दिला.

''हा आता तुझा आहे!'' ती म्हणाली. मला माहीत नव्हते की, या मोठ्या आकाराच्या फरकोटची मला कधी जरूर पडेल पण सद्हेतूने दिलेली भेटवस्तू मी नाकारत नाही. मी लगेच माझ्या बॅगेत तो फरकोट ठेवला आणि मेरीला कडकडून मिठी मारली.

रिक आणि सेनने मला एकत्र आलिंगन दिले. रिकने माझ्या केसांना कुरवाळले. त्याला माहीत होते असे केल्यावर मी त्रागा करते आणि ते भाव त्याला माझ्या चेहऱ्यावर बघायला आवडायचे.

''पुढच्या वेळी,'' सेनने माझ्या नाकाकडे बोट दाखवत सांगितले, ''झोपताना कपडे घालायचे नाहीत,'' आणि आम्ही सगळे हसलो.

मार्टिन दरवाज्याजवळ माझी वाट पाहत होता. प्रेमिकेला वाटते आपला प्रियकर आता पुन्हा कधीच भेटणार नाही आणि ज्या आर्त नजरेने ती त्याला पाहते तसेच मी मार्टिनकडे पाहिले. मार्टिनने माझा हात हातात घेतला आणि हातावर काहीतरी ठेवले. मी तळवा उघडला तेव्हा एक संगमरवरी अंडे दिसले.

'हे शक्यतांचे अंडे आहे. यातून कोणतीही शक्यता बाहेर पडू शकते. कोणती शक्यता? ते तूच ठरव.''

मी ते अंडे घट्ट पकडून ठेवले. मार्टिनने मला दृढ आलिंगन दिले.

''प्रकाशासारखी देदीप्यमान हो! मी जिथे असेन तिथून तुझ्यातील प्रकाश बघेन.''

कहुना टॅक्सीजवळ उभे होते. त्यांनी मला दृढ आलिंगन दिले.

''उत्सवाची देवता. तुझी जादू निर्माण कर. तुझा प्रकाश चहुबाजूंना पसरू दे. तुझे प्रेम सर्वांना मिळू दे. जेथे कुठे जाशील तेथे उत्सव निर्माण कर, उल्हास निर्माण कर. जगाला उत्सवप्रिय आणि आनंदी कर. एवढे आनंदी की, देव खाली बघतील आणि म्हणतील, 'तिथे पार्टी सुरू आहे. चला जाऊ या.' तुझे आयुष्य आणि तुझे काम म्हणजे ईश्वराला त्यांच्या आनंद निर्मितीचे निमंत्रण वाटू दे.'' मला टॅक्सीत बसवून कहुना म्हणाले.

''मी म्हणजे दुसरे तुम्हीच,'' टॅक्सी निघू लागली तसे ते कानात कुजबुजले.

आम्ही ती शेते पार केली. मला माहीत होते की मला माझी मी सापडले आहे.

''तुझे सामान विसरू नकोस,'' ड्रायव्हर आरशात पाहत हसत म्हणाला.

"मी कोणतेच सामान घेऊन नाही चाललेय" मी हसून सांगितले, "माझे सामान कोणत्याही गरजू व्यक्तीला दे?"

"तुझ्या आकारमानाची व्यक्ती भेटणे कठीण आहे," तो खळखळून हसला. हसतच आम्ही स्टेशनवर पोहोचलो.

माझ्या पुढच्या आयुष्याची ही सुरुवात होती.

■

माझ्या अनुभवांची शिदोरी : तुमच्यासाठी

→ नियती एकच असते, जिला तुम्ही स्वत: आकार देता.

➡ गुरू तुमच्यातच असतो. तुम्ही बिघडवलेले जग सुव्यवस्थित करण्यासाठी तुम्ही इतरांकडून अपेक्षा का करावी?

➡ कधीकधी सगळ्यात कठीण काम म्हणजे तुम्ही अडकलेल्या जाळाची 'अनिर्मिती' करणे.

➡ तुम्ही काय शिकला याची परीक्षा म्हणजे तुमचे आणि इतरांचे आयुष्य अधिक चांगले होण्यासाठी तुम्ही ती शिकवण कशी उपयोगात आणता.

➡ आदर्श जग अस्तित्वात असते जर तुम्ही ते निर्माण करण्याची तसदी घेतली तर...

➡ आज तुमच्या उर्वरित आयुष्याची सुरुवात आहे. तुम्ही कोणत्याही बिंदूपासून प्रवास सुरू करू शकता.

➡ आपल्यापैकी प्रत्येकाला शक्यता निवडण्याची भेट मिळाली आहे. जेव्हा आपण निश्चित अशी एक शक्यता निवडतो तेव्हा तिच्या प्रकटीकरणाची क्रिया सुरू होते. निराश होण्याचा जसा पर्याय आहे तसा समृद्धीचाही आहे.

➡ मी म्हणजे दुसरे तुम्हीच... जर मी करू शकते तर तुम्हीही!

त्यानंतर

मी मे २००४ मध्ये नेदरलँडहून परत आले आणि माझे आयुष्य पूर्ण बदलले. जणू काही मी नवीन आयुष्य जगते आहे.

तोपर्यंत मी बरीच पुस्तके वाचली होती आणि बऱ्याच शिक्षकांनी जगाबद्दलचा माझा दृष्टिकोन घडवला होता. ज्या विधींमध्ये मी भाग घेतला त्या तीन आठवड्यांत मी अनेक जन्मांचे धडे गिरवले. मी तेरा विधींमध्ये सहभागी झाले; पण पुस्तकात पाचच महत्त्वाचे विधी लिहिले आहेत. शमन्समुळे मी फक्त ज्ञानच मिळवले असे नाही तर व्यवहारी शहाणपण आणि अनुकंपेची ताकदही मला समजली. मला कोणत्याही परिस्थितीशी जुळवून घेण्याची जाण आली आणि माझ्या अस्तित्वाचा उच्च पातळीवरील अर्थही मला उमगला. हा स्वतःचा शोध म्हणजे दररोज आत्मप्रगतीचे एक पाऊल पुढे असते.

माझ्या मित्रांनी आणि इतरांनी माझ्या पुस्तकाचे हस्तलिखित वाचल्यावर सांगितले की, असे वाटते तेच या सर्व विधींमधून जात आहेत. त्यांना माझा लढा समजला. त्यांना मला काय गवसले हेही कळले. माझ्या विजयाचा आनंद तेही घेऊ शकले आणि त्यांच्या आनंदाने मला सगळ्यात जास्त आनंद झाला कारण पुस्तक लिहिण्याचा उद्देशच तो होता.

आपले आयुष्य सगळ्या चुका करण्याएवढे मोठे नाही आणि आपण केलेल्या सगळ्या चुका सुधारण्याएवढेही मोठे नाही. माझा अनुभव मी सांगते कारण मी केलेल्या चुका तुम्ही करू नयेत आणि तुम्हाला तुमच्या आत दडलेली तुमची ताकद समजावी.

आज मला वाटते की, सगळ्यात मोठी शिकवण आपल्या दैनंदिन व्यवहारांतून आपल्याला मिळते. तुम्हाला शमन्सकडे किंवा इतरत्र पळून जाण्याची गरज नाही. तुम्ही येथेच दैनंदिन व्यवहारात तुमचे धडे शिकू शकता. फक्त आजूबाजूला बघण्याची गरज आहे. हे पुस्तक तुमचे दररोजचे औषध आहे. तुम्ही आजूबाजूला बघितले; त्यातून शिकवण घेतली तर नक्कीच तुम्ही जास्त चांगले व्यक्ती व्हाल.

अज्ञातात एक पाऊल पुढे टाकत चांगले आयुष्य व्यतीत करण्याच्या इच्छाशक्तीची गरज आहे. शेवटी मी हेच सांगेन की, माझ्या लिखाणातून तुमच्यापर्यंत पोहोचण्याचा, तुमच्याशी संवाद साधण्याचा मी प्रयत्न केला आहे. कारण तुमच्या आयुष्याला स्पर्श करण्यामुळे माझी प्रगती झाली आहे. या पुस्तकाद्वारे तुमच्या समवेत वेळ व्यतीत केल्यामुळे माझे ध्येय अधिक समृद्ध झाले आहे कारण तुमच्याशी संवाद साधल्याने माझ्या आयुष्यातील जखमा बऱ्या झाल्या आहेत. मी किमान एका आयुष्याला जरी स्पर्श करून त्यात पूर्णपणे चांगले बदल घडवू शकले तरी माझा खटाटोप व्यर्थ जाणार नाही असे वाटते.

■

येथून तुमचा प्रवास सुरू होतो...

मी नेदरलँडहून २००४ मध्ये घरी परतले; पण माझ्या स्वच्या प्रगतीचा प्रवास सुरूच राहिला. मी चांगुलपणा शोधते आणि माझ्यातील कुतूहल मला उच्चतम पातळीपर्यंत घेऊन जाते. माझी विद्यार्थीदशा मी कायम ठेवली आहे. दैनंदिन व्यवहारांतून आणि लोकांकडूनही भरपूर शिकण्यासारखे असते. प्रत्येक विधीमध्ये एक व्यावहारिक धडा होता आणि त्यातील शिकवण माझ्यामध्ये एवढी भिनली आहे की, मी माझ्या आयुष्यात ती शिकवण अमलात आणतेच आणते.

या पुस्तकामुळे मला समविचारसरणी असलेल्या लोकांशी जोडण्याची संधी मिळाली. जर तुम्ही इथपर्यंत पोहोचला असाल तर तुमच्यात आणि माझ्यात नक्कीच साधर्म्य आहे. आपल्याला समृद्ध आयुष्य जगत असताना आध्यात्मिक मुक्ती पाहिजे आहे.

मला आपला प्रवास असाच चालू राहावा असे वाटते. आपले अनुबंध असेच कायम राहावेत. तुम्हीही तुमच्या प्रवासाबद्दल माझ्याशी संवाद साधू शकता. यामुळेच आपण सर्व प्रवासी एकमेकांच्या मदतीला येऊ शकतो.

माझ्या टीमने आणि मी आपल्यामधील परस्पर संवादाची माध्यमे ठरवली आहेत, ज्याद्वारे आपण अधिक चांगले जग घडवू शकतो. हा शेवट नाही. हा एक अनुभव पुस्तकरूपाने तुम्हा सर्वांसाठी खुला करत आहोत. भारतात आणि इतर देशांमध्येही स्वतःच्या प्रगतीसाठी अनेक सेमिनार्स, कार्यशाळा आम्ही आयोजित करणार आहोत. काही विधी तुम्ही स्वतः शिकायला आयोजित करणार आहोत. तुम्ही आमच्याशी जोडलेले राहू शकता आणि आमच्या सर्व सेमिनार्स आणि कार्यशाळांचीही तुम्हाला नियमित निमंत्रणे मिळतील. कृपया लक्षात ठेवा, तुम्ही माझी गोष्ट ऐकली आहे आणि तुमचा अमूल्य वेळ आणि लक्ष दिल्याने मी उपकृत झाले आहे. आता तुमच्या अनुभवांची शिदोरी मला ऐकायची आहे.

तुमच्याशी संवाद साधण्याची मी वाट पाहतेय.

— प्रिया कुमार